മലയാളവും ഭാഷാസാങ്കേതികതയും

INSIGHT PUBLICA®

Nadakkavu, Kozhikode, Kerala, 673011
www.insightpublica.com
e-mail: insightpublica@gmail.com
Title: **Malayalavum Bhasha Sankethikathayum**
(Malayalam)
Author: **Dr.Mahesh Mangalat**
Typeset in LATEX by Theertha C.,
Chembakam Digital Solutions, Mahe.
Proof: Smrithy Sathyan
Cover Design: P.R.Rajan
Book Layout: kjvj@insight
First Edition: October 2022
Printed and Published by
InsightinPublica Printers & Publishers Pvt. Ltd.
ISBN 978-93-5517-233-4

മലയാളവും ഭാഷാസാങ്കേതികതയും

ഡോ. മഹേഷ് മംഗലാട്ട്

INSIGHT PUBLICA®

മയ്യഴി സ്വദേശി (ജനനം:1980 ഒക്ടോബർ), മയ്യഴിയിലെ ജവഹർലാൽ നെഹ്റു ഹൈസ്കൂൾ, മഹാത്മാഗാന്ധി ഗവ. ആർട്സ് കോളേജ്, കാലിക്കറ്റ് സർവ്വകലാശാല മലയാളവിഭാഗം എന്നിവിടങ്ങളിൽ വിദ്യാഭ്യാസം, സാമ്പത്തികശാസ്ത്രത്തിൽ ബി. എ., മലയാളസാഹിത്യത്തിൽ എം. എ. തനതുനാടകവേദിയെക്കുറിച്ച് എം. ഫിൽ പ്രബന്ധം, പുരോഗമനസാഹിത്യ പ്രസ്ഥാനവും മലയാളനാടകവേദിയും എന്ന വിഷയത്തിൽ പിഎച്ച്. ഡി, തിസീസ്. 1984-85-ൽ സർവ്വകലാശാലയിലെ പ്രൊഫ. പോൾ ബൂയ്സാക്കിന്റെ "എത്നോ സെമിയോട്ടിക്ക് സ്റ്റഡി ഓഫ് പെർഫോമെൻസസ് എന്ന ഗവേഷണ പ്രോജക്ടിൽ റിസേർച്ച് അസോസിയേറ്റായി ഇന്ത്യയിലും യൂറോപ്പിലും ഗവേഷണപഠനം. 1985-86-ൽ അലിഗഡ് സർവ്വകലാശാലയിലെ മോഡേൺ ഇന്ത്യൻ ലാംഗ്വേജസ് വിഭാഗത്തിൽ ലക്ചററായി. 1987 മുതൽ മയ്യഴിയിലെ മഹാത്മാഗാന്ധി ഗവ ആർട്സ് കോളേജിൽ മലയാളവിഭാഗത്തിൽ. ഇപ്പോൾ അസോസ്സിയേറ്റ് പ്രൊഫസർ, അലിഗഡ്, പോണ്ടിച്ചേരി, കണ്ണൂർ സർവ്വകലാശാലകളിലെ മലയാളം പഠനബോർഡ് അംഗമായിരുന്നു. കാലിക്കറ്റ് സർവ്വകലാശാലയിൽ ഫൈൻ ആർട്സ് പഠനബോർഡിലും ഫാക്കൽട്ടിയിലും അംഗമായിരുന്നു. ശ്രീനാരായണഗുരു ഓപ്പൺ യൂനിവേഴ്സിറ്റിയുടെ ആദ്യത്തെ യു. ജി പഠനബോർഡ് ചെയർമാനും പി.ജി ബോർഡ് അംഗവുമായിരുന്നു.

ഇന്ത്യൻ സൊസൈറ്റി ഫോർ തിയറ്റർ റിസർച്ചിന്റെ സ്ഥാപകനിർവ്വാഹക സമിതി അംഗവും ട്രഷററുമായിരുന്നു. സൊസൈറ്റിയുടെ കൊച്ചി ദേശീയസെമിനാറും ബാംഗളൂർ അന്തർദേശീയസെമിനാറും സംഘടിപ്പിച്ചു. കേരള സൊസൈറ്റി ഫോർ ലിംഗ്വിസ്റ്റിക് റിസേർച്ചിന്റെ സ്ഥാപകാംഗവും സെക്രട്ടറിയുമാണ്. രണ്ടര പതിറ്റാണ്ടിലേറെയായി ഭാഷാകമ്പ്യൂട്ടിംഗ് മേഖലയിൽ പ്രവർത്തിക്കുന്നു. ബ്ലോഗ്, വിക്കിപീഡിയ, മലയാളം ടൈപ്പിംഗ് എന്നിവയുടെ പ്രചാരണപ്രവർത്തനത്തിൽ മുൻനിരയിൽ പ്രവർത്തിച്ചു. 2005-ൽ ആരംഭിച്ച യൂനിക്കോഡ് എൻകോഡിംഗിൽ അധിഷ്ഠിതമായ ആദ്യത്തെ മലയാളം വെബ്പോർട്ടൽ www.chintha.com ലെ തർജ്ജനി എന്ന സാംസ്കാരികമാസികയുടെ പത്രാധിപസമിതി അംഗവും കോഡിനേറ്റിംഗ് എഡിറ്ററുമായിരുന്നു. തിരുവനന്തപുരത്ത് നടന്ന സ്വതന്ത്രസോഫ്റ്റ്വേർ അന്തർദ്ദേശീയസമ്മേളനത്തിൽ വിക്കിപീഡിയ സ്ഥാപകൻ ജിമ്മി വെയിത്സിനൊപ്പം വേദി പങ്കിട്ട് ഇന്ത്യൻ ഭാഷാ വിക്കിപീഡിയകളെക്കുറിച്ച് സംസാരിച്ചു. സർവ്വകലാശാല പാഠ്യപദ്ധതിയിൽ ഭാഷാകമ്പ്യൂട്ടിംഗ് ഒരു വിഷയമെന്ന നിലയിൽ പോണ്ടിച്ചേരി സർവ്വകലാശാലയിൽ അവതരിപ്പിച്ചതിനെ ഇന്ത്യൻ ഭാഷകൾക്കായുള്ള മൈക്രോസോഫ്റ്റ് വെബ്സൈറ്റ് വിജയഗാഥയായി ഉൾപ്പെടുത്തി. സ്വതന്ത്രപ്രസാധനത്തിന്റെ ഉച്ചകോടിയിൽ ഭാഷാകമ്പ്യൂട്ടിംഗ് മേഖലയിൽ നല്കിയ സേവനത്തിന് കേരള സംസ്ഥാനസർക്കാർ ആദരിച്ചു. സ്വതന്ത്രമലയാളം കമ്പ്യൂട്ടിംഗിന്റെ ഉപദേശകസമിതി അംഗം, ഇപ്പോൾ ലാറ്റെക് ഉൾപ്പെടെയുള്ള സ്വതന്ത്രസോഫ്റ്റ്വേറുകൾ ഉപയോഗിച്ച ടൈപ്പ് സെറ്റിംഗ് പ്രചാരണപ്രവർത്തനത്തിന് നേതൃത്വം നല്കുന്നു.

വിലാസം:

മംഗലാട്ട്, 673310

94470-34697, mangalat@yahoo.com

ഡോ. മഹേഷ് മംഗലാട്ട്

ഉള്ളടക്കം

ആമുഖം

കമ്പ്യൂട്ടറിൽ ഭാഷ ഉപയോഗിക്കുന്നതുമായി ബന്ധപ്പെട്ട കാര്യങ്ങളെക്കുറിച്ച് പലകാലങ്ങളിലായി എഴുതിയ ലേഖനങ്ങളിൽ ചിലതാണ് ഈ പുസ്തകത്തിലുള്ളത്. പ്രസ്തുതവിഷയം സംസാരിക്കുവാനും വിശദീകരിക്കുവാനും അധികമാരും കേരളത്തിൽ ഇല്ലാതിരുന്ന കാലത്ത് രചന അക്ഷരവേദിയുടെ കെ. എച്ച്. ഹുസൈനും ആർ. ചിത്രജകുമാറുമാണ് എന്നെ ഈ മേഖലയുമായി പരിചയപ്പെടുത്തുന്നത്. വാസ്തവത്തിൽ, കമ്പ്യൂട്ടറിൽ മലയാളം ഉപയോഗിക്കാൻ സഹായം തേടിയാണ് ഹുസൈനെ പരിചയപ്പെടുന്നത്. ആ പരിചയം ഭാഷാകമ്പ്യൂട്ടിംഗ് എന്ന ഒരു വിഷയം പോണ്ടിച്ചേരി സർവ്വകലാശാലയുടെ മലയാളം ബി. എ. കോഴ്സിൽ ഉൾപ്പെടുത്തുന്നതിന് വഴിയൊരുക്കുകയും ഈ വിഷയം പഠിക്കാൻ എനിക്ക് അവസരം നല്കുകയും ചെയ്തു. പഠനത്തിന് മാർഗ്ഗദർശനം നല്കിയതും പിന്തുണ ആവശ്യമായപ്പോഴൊക്കെ തുണച്ചതും ഹുസൈനാണ്. 2004 മുതൽ കേരളത്തിലുടനീളം ഈ വിഷയത്തിൽ നടന്ന സെമിനാറുകളിലും ശില്പശാലകളിലും സംസാരിക്കാൻ ആവശ്യമായ വിവരങ്ങൾ നല്കി എന്നെ പഠിപ്പിച്ചതും അദ്ദേഹമാണ്.

ഭാഷാകമ്പ്യൂട്ടിംഗിനെക്കുറിച്ചുള്ള ലേഖനങ്ങൾ എഴുതാനിടയായതും സൗഹൃദങ്ങൾ നിമിത്തമാണ്. *സൈബർ മലയാളം* എന്ന പേരിൽ ഒരു പുസ്തകം ഡോ. ടി. വി. സുനീത ആസൂത്രണം ചെയ്യുമ്പോൾ അതിനെക്കുറിച്ചുള്ള ആലോചനകളുടെ ഭാഗമാവാൻ അവസരമുണ്ടായി. മലയാളഭാഷാകമ്പ്യൂട്ടിംഗിന്റെ അത്രയൊന്നും ദീർഘമല്ലാത്ത ചരിത്രം വ്യക്തമായി പ്രതിപാദിക്കുന്ന ഒരു ലേഖനം പുസ്തകത്തിൽ വേണമെന്ന് പറയുകയും അത് എഴുതാനായി ചുമതലപ്പെടുത്താവുന്ന മൂന്നുപേരെ

നിർദ്ദേശിക്കുകയും ചെയ്തു. പക്ഷെ, അവരെല്ലാം അതെഴുതുവാനുള്ള ചുമതല എന്നെ ഏല്പിക്കുവാൻ നിർദ്ദേശിച്ചു! എനിക്കറിയാവുന്ന വിവരങ്ങൾ വളരെ പരിമിതമായിരുന്നു. ഹുസ്സൈൻ, അനിവർ അരവിന്ദ്, വിശ്വപ്രഭ എന്നിങ്ങനെയുള്ള സുഹൃത്തുക്കളുടെ സഹായത്തോടെ എഴുതിത്തയ്യാറാക്കിയ ലേഖനം വാസ്തവത്തിൽ ഒരു കൂട്ടരചനയാണെന്നു വേണം പറയാൻ. *ഇന്റർനെറ്റ്കാലത്തെ മലയാളഭാഷാപ്രശ്നങ്ങൾ* എന്ന ലേഖനം മാതൃഭൂമി ആഴ്ചപ്പതിപ്പിൽ പ്രസിദ്ധീകരിച്ചതാണ്. പത്രപ്രവർത്തകരായ എൻ. പി. രാജേന്ദ്രൻ, ജോസഫ് ആന്റണി, സുനിൽ പ്രഭാകർ എന്നിവരുടെ പ്രേരണയാണ് ആ ലേഖനത്തിന്റെ പിന്നിലുള്ളത്. ഈ രണ്ട് ലേഖനങ്ങളും പ്രസിദ്ധീകരിക്കപ്പെട്ട കാലംമുതൽ കേരളത്തിലെ വിവിധ സർവ്വകലാശാലകളുടെ മലയാളം പാഠ്യപദ്ധതിയുടെ ഭാഗമായിത്തീർന്നു.

ഇന്റർനെറ്റ്കാലത്തെ മലയാളഭാഷാപ്രശ്നങ്ങൾ എന്ന ലേഖനം മലയാള ഭാഷാകമ്പ്യൂട്ടിംഗിൽ ഉയർന്നുവന്ന വലിയ ഒരു പ്രശ്നം വിശദീകരിക്കാനായി എഴുതിയതാണ്. ചില്ലക്ഷരം ആറ്റോമിക്കായി എൻകോഡ് ചെയ്യുന്നതിനെതിരെ ചില പത്രവാർത്തകൾ വന്നിരുന്നു. ആ പ്രശ്നം നവമാദ്ധ്യമങ്ങളിലും ഉയർന്നുവന്നിരുന്നു. മാത്രമല്ല, വലിയ വാദപ്രതിവാദങ്ങൾ നടക്കുകയുംചെയ്തു. എന്താണ് യഥാർത്ഥപ്രശ്നം എന്ന് ചോദിച്ച എൻ. പി. രാജേന്ദ്രന് അത് വിശദീകരിച്ചുകൊടുക്കാൻ കോഴിക്കോട്ടെ മാതൃഭൂമി ഓഫീസിൽ ചെന്നു. എല്ലാം കേട്ടതിനുശേഷം അദ്ദേഹവും സഹപ്രവർത്തകനായ ജോസഫ് ആന്റണിയും പറഞ്ഞു, കമ്പ്യൂട്ടറും ഭാഷയും നിത്യവും കൈകാര്യംചെയ്ത് ജോലിചെയ്യുന്നവരാണ് ഞങ്ങൾ. പത്രവാർത്ത വായിച്ച് ഇതൊന്നുമല്ല മനസ്സിലാക്കിയത്. ഞങ്ങളുടെ അവസ്ഥ ഇതാണെങ്കിൽ സാധാരണക്കാരായ മലയാളികൾക്കാർക്കും അത് മനസ്സിലായിരിക്കാനിടയില്ല. ഇക്കാര്യം ഒന്ന് എഴുതിത്തരിക, പത്രത്തിന്റെ എഡിറ്റ് പേജ് ലേഖനമാക്കാം. എഴുതിയ ലേഖനത്തിന്റെ ദൈർഘ്യം കാരണം എഡിറ്റ് പേജിലെന്നല്ല പത്രത്തിലെവിടെയും ഉൾക്കൊള്ളിക്കാനാകാത്ത അവസ്ഥയാണ്. ഒരു പോംവഴിയെന്ന നിലയിൽ, വെട്ടിച്ചുരുക്കാതെ ആഴ്ചപ്പതിപ്പിൽ പ്രസിദ്ധീകരിക്കാമെന്ന് ഒടുവിൽ തീരുമാനിച്ചു.

ചില്ലക്ഷരം ആറ്റോമിക്കായി എൻകോഡ് ചെയ്യപ്പെടുന്നതുമായി ബന്ധപ്പെട്ട കാര്യങ്ങൾ ഈ പുസ്തകത്തിൽ ഒന്നിലേറെ ലേഖനങ്ങളിൽ പരാമർശിക്കപ്പെടുന്നുണ്ട്. ഭാഷാശാസ്ത്രപരമായും വ്യാകരണപരമായും സാങ്കേതികമായും തെറ്റായ ആ നിർദ്ദേശം യൂനിക്കോഡ് എൻകോഡിംഗിനെക്കുറിച്ച് പഠിക്കുന്ന കാലത്ത് കെ. എച്ച്. ഹുസ്സൈൻ തയ്യാറാക്കിയ

ഒരു ഡോക്യുമെന്റിൽനിന്നും സർക്കാരിന്റെ ഭാഷാവിദഗ്ധരും അവരുടെ കൂട്ടുകാരും എടുത്തതാണ്. അതിന്റെ വിശദാംശങ്ങൾ ലേഖനങ്ങളിൽ വായിക്കാം. ഈ നിർദ്ദേശം നടപ്പിലാക്കാൻ പോകുന്നുവെന്ന വിവരം ലഭിച്ചപ്പോൾ അതിനെതിരെ യൂനിക്കോഡ് കൺസോർഷ്യത്തിന്റെ ചർച്ചാവേദികളിലും നവമാദ്ധ്യമങ്ങളിലും പ്രതിരോധം സൃഷ്ടിക്കുവാൻ രചന അക്ഷരവേദിക്കും സ്വതന്ത്ര മലയാളംകമ്പ്യൂട്ടിംഗിനുമൊപ്പം പ്രവർത്തിക്കാൻ അവസരമുണ്ടായി. ഒടുവിൽ, തികച്ചും തെറ്റാണെന്ന് സാമാന്യബുദ്ധിയുള്ള ആർക്കും മനസ്സിലാകുന്ന ആ തീരുമാനം യൂനിക്കോഡ് കൺസോർഷ്യം കൈക്കൊണ്ടു. ചില്ലക്ഷരങ്ങളുമായി ബന്ധപ്പെട്ട പ്രശ്നങ്ങൾ അക്കാലംമുതൽ കമ്പ്യൂട്ടറിലും മറ്റ് ഉപകരണങ്ങളിലും മലയാളം ഉപയോഗിക്കുന്നവർ അനുഭവിക്കുന്നു. ചില്ലക്ഷരങ്ങളുടെ ആറ്റോമിക് എൻകോഡിംഗ് തടയാനായി പൊരുതി പരാജയപ്പെട്ട ഞങ്ങൾ, ഇനി മേലിൽ യൂനിക്കോഡ് ഡിസ്കഷൻ ഫോറത്തിൽ ഇത്തരം പ്രശ്നങ്ങളിൽ ഇടപെടേണ്ടെന്ന് തീരുമാനിച്ചു, പിൻവാങ്ങി. ആറ്റോമിക്കായി എൻകോഡ് ചെയ്യരുതാത്ത വേറെ പല ചിഹ്നങ്ങളും അക്ഷരങ്ങളും പ്രതിരോധമൊന്നുമില്ല എന്നതിനാൽ എൻകോഡ് ചെയ്ത് മറുപക്ഷം അവരുടെ വിജയം ആഘോഷിച്ചു. പിന്നീട്, സിംഹളീസ് ഭാഷയിലെ ചില ചിഹ്നങ്ങൾ ആറ്റോമിക്കായി എൻകോഡ് ചെയ്യണമെന്ന വിഷയത്തിൽ തർക്കം ഉണ്ടായപ്പോൾ യൂനിക്കോഡ് ഡിസ്കഷൻ ഫോറത്തിൽ ഉയർന്നുവന്ന ഒരു അഭിപ്രായം, മലയാളത്തിന്റെ അനുഭവത്തിൽനിന്ന് പാഠം ഉൾക്കൊള്ളണമെന്നായിരുന്നു!

സാമ്പത്തികശാസ്ത്രവും മലയാളവും പഠിച്ച് മലയാളം പഠിപ്പിക്കുകയെന്ന ജോലിചെയ്യുന്ന ഒരാൾ സാധാരണനിലയിൽ എത്തിപ്പെടാൻ ഇടയില്ലാത്ത മേഖലയാണിത്. അത് ജീവിതത്തിലെ ഒരു യാദൃച്ഛികതയാണ്. എം. ഫിലിനുശേഷം ഒരു വർഷക്കാലം ടൊറാന്റോ സർവ്വകലാശാലയുടെ ഒരു ഗവേഷണപ്രോജക്ടിൽ പ്രൊഫ. പോൾ ബുയ്സാക്കിന്റെ റിസേർച്ച് അസോസ്സിയേറ്റായി പ്രവർത്തിക്കാൻ അവസരം ലഭിച്ചിരുന്നു. ഇന്ത്യയിലും യൂറോപ്പിലുമായിരുന്നു ഗവേഷണം. അത് കഴിഞ്ഞ് ഇന്ത്യയിൽ തിരിച്ചെത്തിയതിനു ശേഷവും ഗവേഷണവുമായി ബന്ധപ്പെട്ട കാര്യങ്ങൾ പ്രൊഫ. ബുയ്സ്സാക്കിന് അയക്കുമായിരുന്നു. എഴുതിത്തയ്യാറാക്കിയ കുറിപ്പുകൾ ടൈപ്പുചെയ്ത് അയക്കുകയായിരുന്നു പതിവ്. ഇ മെയിലിൽ അയക്കാമെങ്കിൽ അതാവും സൗകര്യമെന്ന് ഒരിക്കൽ പ്രൊഫസർ എഴുതി. സൗകര്യത്തിന്റെ കാര്യത്തിൽ സംശയമൊന്നുമില്ല. പക്ഷെ, അങ്ങനെ ഇ മെയിലിൽ അയക്കാൻ കമ്പ്യൂട്ടർ ഉപയോഗിക്കാനറിയണം, ഇന്റർനെറ്റ് കണക്ഷനും വേണം.

തലശ്ശേരിയിൽ അക്കാലത്ത് ആരംഭിച്ച വർഷ കമ്പ്യൂട്ടർ ക്ലബ്ബ് എന്ന സ്ഥാപനം അവരുടെ വരിക്കാർക്ക് അൺലിമിറ്റഡ് യൂസേജ് നല്കുന്നുണ്ടായിരുന്നു; കമ്പ്യൂട്ടർ ഉപയോഗിക്കാം, ഇന്റർനെറ്റും ഉപയോഗിക്കാം! അവരാണ് കമ്പ്യൂട്ടറിന്റെയും ഇന്റർനെറ്റിന്റെയും ലോകത്തിലേക്ക് എന്നെ ജ്ഞാനസ്നാനം ചെയ്യുന്നത്. നിരവധി സുഹൃത്തുക്കൾവഴി നേടിയ പരിജ്ഞാനമാണ് എന്റെ ഈ മേഖലയിലെ പ്രവർത്തനങ്ങളുടെ അടിസ്ഥാനം. എല്ലാവരെയും പേരെടുത്തുപറയുവാൻ പ്രയാസമാണ്. പക്ഷെ, കെ. എച്ച്. ഹുസ്സൈൻ, ചിത്രജകുമാർ, അനിവർ അരവിന്ദ്, സന്തോഷ് തോട്ടിങ്ങൽ എന്നിവരെയും സായാഹ്ന ഫൗണ്ടേഷന്റെ സി. വി. രാധാകൃഷ്ണനെയും പ്രത്യേകമായി എടുത്തുപറയേണ്ടതുണ്ട്. സ്വതന്ത്ര മലയാളംകമ്പ്യൂട്ടിംഗിലെ ഋഷികേശ് ഭാസ്കരൻ, മുജീബ് എന്നിങ്ങനെയുള്ള സുഹൃത്തുക്കളും പ്രവീൺ വർമ്മയും ഇപ്പോൾ എന്റെ സംശയങ്ങൾക്ക് പരിഹാരം കാണാനും പ്രവർത്തനങ്ങൾക്ക് സഹായംനല്കാനും കൂടെയുണ്ട്. ചെമ്പകം ഡിജിറ്റൽ സൊല്യൂഷൻസ് എന്ന പേരിൽ പ്രവർത്തിക്കുന്ന എന്റെ പൂർവ്വവിദ്യാർത്ഥികളായ കുട്ടികളും കൂടെയുണ്ട്. ഇവരെല്ലാം ഉൾക്കൊള്ളുന്ന ഒരു സമൂഹത്തിന്റെ ഭാഗമായിരിക്കുന്നതിന്റെ സന്തോഷവും അഭിമാനവും നേടിത്തന്ന ഭാഷാകമ്പ്യൂട്ടിംഗ് എന്ന വിഷയത്തോട് ഞാൻ കടപ്പെട്ടിരിക്കുന്നു.

ഭാഷാകമ്പ്യൂട്ടിംഗ് രംഗത്തെ പ്രവർത്തനങ്ങളുമായി മുന്നോട്ടുപോകാൻ പ്രോത്സാഹനം നല്കുന്ന എല്ലാവരെയും വിനയപൂർവ്വം സ്മരിക്കുന്നു. കാൽനൂറ്റാണ്ടുകാലത്തെ ജീവിതത്തിന്റെ രേഖകളായ ഈ ലേഖനങ്ങളുടെ സമാഹാരം, സാഹചര്യവശാൽ വരുന്ന അതിലെ ആവർത്തനങ്ങൾ ഒഴിവാക്കാതെയാണ് പുസ്തകത്തിൽ ഉൾക്കൊള്ളിച്ചിരിക്കുന്നത്. തീർത്തും അപ്രസക്തമെന്ന് തോന്നിയ ചില വാക്യങ്ങൾ വെട്ടിമാറ്റിയിട്ടുണ്ട്. അതുപോലെ, വ്യക്തതക്കുറവുണ്ട് എന്നുതോന്നിയ ഇടങ്ങളിൽ ചെറിയ കൂട്ടിച്ചേർക്കലുകൾ നടത്തിയിട്ടുമുണ്ട്. ഈ രൂപത്തിൽ പുസ്തകം പുറത്തുവരുന്നതിന് കാരണക്കാരായ സുഹൃത്തുക്കൾ ഡോ. സി. ജെ. ജോർജ്ജ്, ഡോ. രാജേന്ദ്രൻ എടത്തുംകര, എന്റെ സഹഗവേഷകനായിരുന്ന, ഇപ്പോൾ എന്റെ സഹപ്രവർത്തകനായ വി. എം. മനോജ്, ടൈപ്പ് സെറ്റിംഗിൽ പിന്തുണച്ച പൂർവ്വവിദ്യാർത്ഥികൾ തീർത്ഥ, സ്മൃതി എന്നിവരോടുള്ള കടപ്പാട് വാക്കുകൾക്കതീതമാണ്. മലയാള ഭാഷാകമ്പ്യൂട്ടിംഗ് കടന്നുപോന്ന വഴികളെക്കുറിച്ചും അഭിമുഖീകരിച്ച പ്രശ്നങ്ങളെക്കുറിച്ചുമുള്ള ഈ ലേഖനസമാഹാരം ജിജ്ഞാസുക്കൾക്കുമുന്നിൽ വിനയപുരസ്സരം സമർപ്പിക്കട്ടെ.

ഡോ. മഹേഷ് മംഗലാട്ട്

മലയാളം കമ്പ്യൂട്ടിംഗ് ചരിത്രസംക്ഷേപം

കമ്പ്യൂട്ടറിൽ മലയാളഭാഷ ഉപയോഗിച്ചുതുടങ്ങുന്നത് ആദ്യമായി അച്ചടിയുടെ മേഖലയിലാണ്. മൈക്രോസോഫ്റ്റിന്റെ വിൻഡോസ് ഓപ്പറേറ്റിംഗ് സിസ്റ്റം പ്രചാരത്തിൽ വരുന്നതിനു മുമ്പുതന്നെ ഇത് ആരംഭിച്ചുവെങ്കിലും മലയാളത്തിന്റെ ഉപയോഗം വ്യാപകമാകുന്നത് വെബ്ബധിഷ്ഠിത ആശയവിനിമയസാദ്ധ്യതകൾ രൂപപ്പെട്ടതിനു ശേഷമാണ്. മലയാളം ബ്ലോഗുകളാണ് വാസ്തവത്തിൽ കമ്പ്യൂട്ടറിൽ മലയാളം ഉപയോഗിക്കുന്നത് വ്യാപകമാക്കിയത് എന്നുപറഞ്ഞാൽ അതിൽ അതിശയോക്തിയില്ല. അതുവരെ പത്രമാസികാദികളുടെ അച്ചടിക്കും പിന്നീട് പുസ്തകപ്രസാധനത്തിനുമായിരുന്നു മുഖ്യമായും മലയാളഭാഷ കമ്പ്യൂട്ടറിൽ ഉപയോഗിച്ചത്. വ്യക്തിഗതമായ ഉപയോഗത്തെക്കാൾ വാണിജ്യപരമായ ആവശ്യങ്ങൾക്കായിരുന്നു ഈ ഘട്ടത്തിലെ മലയാളം ഉപയോഗം. യൂനിക്കോഡ് എൻകോഡിംഗ് പിന്തുടരുന്ന മലയാളം ഫോണ്ടുകൾ ഉപയോഗിച്ചുള്ള ബ്ലോഗുകളാണ് വൈയക്തികമായ ആശയപ്രകാശനത്തിന് കമ്പ്യൂട്ടറിൽ മലയാളം ഉപയോഗിക്കാവുന്ന സാഹചര്യം സൃഷ്ടിച്ചെടുത്തത്. അതിനാൽ മലയാളം കമ്പ്യൂട്ടിംഗിന്റെ അറിയപ്പെടുന്ന ചരിത്രം അച്ചടിക്കുവേണ്ടി നിർമ്മിക്കപ്പെട്ട വിവിധ സോഫ്റ്റ്വേറുകളിൽ ആരംഭിച്ച് യൂനിക്കോഡ് എൻകോഡിംഗിൽ അധിഷ്ഠിതമായ മലയാളം ഫോണ്ടുകളുടെ ടൈപ്പിംഗ് സാദ്ധ്യമാക്കിയ ഉപകരണങ്ങൾവരെ ഉള്ളതാണ്. എന്നിരുന്നാലും മുപ്പതുവർഷത്തോളം ദൈർഘ്യമുള്ള ഈ ചരിത്രം ഏകമുഖമായ വികാസസഗതിയുള്ളതായിരുന്നുവെന്ന് കരുതാവുന്നതല്ല. മലയാളം

കമ്പ്യൂട്ടിംഗിന്റെ ലഘുചരിത്രം രേഖപ്പെടുത്തുകയെന്നതാണ് ഈ ലേഖനത്തിന്റെ ഉദ്ദേശ്യം.

ഭാഷാകമ്പ്യൂട്ടിംഗിന്റെ ആധാരശില എൻകോഡിംഗ് വ്യവസ്ഥയാണ്. കീബോർഡിലെ കട്ടകളിൽ വിരൽ അമർത്തുമ്പോൾ മോണിറ്ററിൽ അക്ഷരങ്ങൾ തെളിയുന്നതിനുപിന്നിൽ നടക്കുന്ന സങ്കീർണ്ണമായ പ്രവത്തനങ്ങൾ ഫലവത്താകുന്നത് നിശ്ചിതമായ ഒരു എൻകോഡിംഗ് വ്യവസ്ഥയനുസരിച്ച് ഭാഷയിലെ ലിപിചിഹ്നങ്ങൾ കമ്പ്യൂട്ടർ പ്രാവർത്തികമാക്കുന്നുവെന്നതിനാലാണ്. കമ്പ്യൂട്ടറിന്റെ ചരിത്രത്തിന്റെ ആദ്യഘട്ടത്തിൽ ഇംഗ്ലീഷ് കമ്പ്യൂട്ടറിൽ ഉപയോഗിച്ച ഉപയോക്താക്കളെല്ലാം വ്യത്യസ്തങ്ങളായ എൻകോഡിംഗിന്റെ അടിസ്ഥാനത്തിൽ ആംഗലാക്ഷരങ്ങൾ കമ്പ്യൂട്ടറിൽ ഉപയോഗിക്കുകയായിരുന്നു. ഓരോ കമ്പ്യൂട്ടറിലും പരസ്പരം പൊരുത്തമില്ലാത്ത എൻകോഡിംഗ് ഉപയോഗിക്കുന്നതിനാൽ ഒരു കമ്പ്യൂട്ടറിൽ ഉണ്ടാക്കിയ ടെക്സ്റ്റ് ഫയൽ മറ്റൊരു കമ്പ്യൂട്ടറിൽ കാണാനോ എഡിറ്റ് ചെയ്യാനോ സാധിക്കുകയില്ല. കമ്പ്യൂട്ടറുകൾക്കിടയിലെ വിവരവിനിമയം അസാദ്ധ്യമാക്കിയ ഈ അവസ്ഥയ്ക്ക് പരിഹാരമായാണ് മാനകീകൃതമായ എൻകോഡിംഗിനു വേണ്ടിയുള്ള പരിശ്രമങ്ങൾ പാശ്ചാത്യരാജ്യങ്ങളിൽ നടന്നത്. ഇതിന്റെ അടിസ്ഥാനത്തിൽ രൂപീകരിക്കപ്പെട്ട എൻകോഡിംഗ് മാനകീകരണത്തിൽ ആസ്കി (American Standard Code for Information Interchange എന്നതിന്റെ ചുരുക്കരൂപം) വ്യവസ്ഥ നിലവിലിരുന്ന കാലത്താണ് മലയാളഭാഷ കമ്പ്യൂട്ടറിൽ ഉപയോഗിക്കുവാനുള്ള പരിശ്രമങ്ങൾ ആരംഭിക്കുന്നത്. നേരത്തെ സൂചിപ്പിച്ചതു പോലെ യൂനിക്കോഡ് കാലഘട്ടത്തിലാണ് നാം ഇക്കാര്യത്തിൽ എത്തിനില്ക്കുന്നത്. ഈയൊരു അടിസ്ഥാനത്തിൽ മലയാളം കമ്പ്യൂട്ടിംഗിന്റെ ചരിത്രത്തെ നിരീക്ഷിക്കുവാനാണ് ഇവിടെ ശ്രമിക്കുന്നത്. അങ്ങനെ വരുമ്പോൾ മലയാളം കമ്പ്യൂട്ടിംഗിന്റെ ചരിത്രത്തിൽ മൂന്ന് ഘട്ടങ്ങളുണ്ടെന്നുകാണാം.

ഘട്ടവിഭജനം

ആസ്കി എൻകോഡിംഗിന്റെ അടിസ്ഥാനത്തിൽ പ്രവർത്തിക്കുന്ന കമ്പ്യൂട്ടറിൽ മലയാളം എങ്ങനെ ടൈപ്പുചെയ്യാം എന്ന അന്വേഷണത്തിന് രണ്ട് ഘട്ടങ്ങളുണ്ട്. പ്രോഗ്രാമർമാർ സ്വന്തം നിലയിൽ നിശ്ചയിച്ച എൻകോഡിംഗിന്റെ അടിസ്ഥാനത്തിൽ പ്രവർത്തിച്ച ആദ്യഘട്ടവും, ഇത്തരം വ്യത്യസ്ത എൻകോഡിംഗുകൾ വിവരവിനിമയം

അസാദ്ധ്യമാക്കുമെന്നതിനാൽ കോഡുകൾ മാനകീകരിച്ച രണ്ടാം ഘട്ടവും. കേന്ദ്രസർക്കാരിന്റെ കീഴിലുള്ള ഇലക്ട്രോണിക്സ് വിഭാഗത്തിന്റെ നേതൃത്വത്തിൽ ആരംഭിച്ച ഈ പ്രവർത്തനം പൂർണ്ണതയിലെത്തുന്നത് പൂനെയിലുള്ള കേന്ദ്രസർക്കാർ ഉടമസ്ഥതയിലുള്ള സി ഡാക് ആസ്കി എൻകോഡിംഗിന്റെ മാതൃകയിൽ ഇസ്കി (ISCII- Indian Standard Code for Information Interchange എന്നതിന്റെ ചുരുക്കരൂപം) കോഡിംഗ് വ്യവസ്ഥ രൂപവത്കരിക്കുയും അതിന്റെ അടിസ്ഥാനത്തിൽ ഇസ്ലോക് എന്ന ഫോണ്ട്കോഡ് നിർമ്മിക്കുകയും ചെയ്യുന്നതോടെയാണ്. അച്ചടിരംഗത്ത് മലയാളത്തിന്റെ പ്രയോഗം വ്യാപകമാക്കുന്നതിൽ ഈ എൻകോഡിംഗ് വ്യവസ്ഥ പിന്തുടരുന്ന സി ഡാക്കിന്റെ ഭാഷാകമ്പ്യൂട്ടിംഗ് ഉല്പന്നങ്ങൾ വഹിച്ച പങ്ക് നിർണ്ണായകപ്രാധാന്യമുള്ളതാണ്. ഇന്നും ഇസ്കി എൻകോഡിംഗിന്റെ അടിസ്ഥാനത്തിലുള്ള ഉല്പന്നങ്ങൾ തന്നെയാണ് അച്ചടിരംഗത്ത് നിലനില്ക്കുന്നത്. യൂനിക്കോഡ് എൻകോഡിംഗ് ബ്ലോഗിംഗിന്റെയും വിക്കിപീഡിയയുടെയും വെബ്ബ് സൈറ്റുകളുടെയും മേഖലയിൽ ഒതുങ്ങിയിരിക്കുന്നു. അതിനാൽ മലയാളം കമ്പ്യൂട്ടിംഗിന്റെ ചരിത്രത്തെ ഇസ്കി പൂർവ്വഘട്ടം, ഇസ്കി ഘട്ടം, യൂനിക്കോഡ് ഘട്ടം എന്നിങ്ങനെ മൂന്നായി തിരിക്കാവുന്നതാണ്.

മലയാളം ഉൾപ്പെടെയുള്ള ഇന്ത്യൻഭാഷകൾ ഇംഗ്ലീഷിനെ അപേക്ഷിച്ച് അക്ഷരസംഖ്യ കൂടുതലുള്ളവയാണ്. അവയാകട്ടെ വ്യഞ്ജനത്തോടൊപ്പം സ്വരങ്ങൾ ചേരുമ്പോൾ കൈക്കൊള്ളുന്ന ലിപിരൂപങ്ങളും കൂട്ടക്ഷരങ്ങളും ചേരുമ്പോൾ അതിവിപുലമായ ലിപിസഞ്ചയമുള്ളവയായിത്തീരുന്നു. എഴുത്തിലും അച്ചടിയിലും ഉപയോഗിച്ചുപോന്ന ഈ ലിപിസഞ്ചയം ഒരു പ്രശ്നമായി അനുഭവപ്പെട്ടത് ടൈപ്പ്റൈറ്റിംഗ് മെഷീനിൽ അവ ഉപയോഗിക്കാൻ നിശ്ചയിച്ചപ്പോഴാണ്. ഇംഗ്ലീഷ് അക്ഷരങ്ങളുടെ അമ്പത്തിരണ്ട് സ്ഥാനങ്ങളും അക്കങ്ങൾക്കും ചിഹ്നത്തിനുമുള്ള ബാക്കി സ്ഥാനങ്ങളും ഉപയോഗിച്ച് എങ്ങനെ ഈ ബൃഹത്തായ ലിപിസഞ്ചയത്തെ കൈകാര്യംചെയ്യാമെന്ന ചിന്ത ഇന്ത്യയിലെ എല്ലാ പ്രാദേശികഭാഷകളിലും ഉണ്ടായിരുന്നതാണ്. സർക്കാർ ഓഫീസുകളിൽ ഔദ്യോഗികഭാഷയായി പ്രാദേശികഭാഷകൾ ഉപയോഗിക്കുമ്പോൾ കൈയ്യെഴുത്തുകാലത്തേക്ക് പോകേണ്ടി വരുന്നത് ഒഴിവാക്കുവാനുള്ള സൂത്രവിദ്യ കണ്ടുപിടിക്കുകയായിരുന്നു അക്കാലത്ത് ചെയ്തത്. അക്ഷരങ്ങളുടെ എണ്ണവും ഇവ കൈകാര്യം ചെയ്യാനുള്ള സംവിധാനത്തിന്റെ പരിമിതിയും എന്നതായിരുന്നു

ഈ സൂത്രവിദ്യയുടെ നിയാമകഘടകങ്ങൾ. അക്ഷരങ്ങളുടെ എണ്ണം കുറയ്ക്കാൻ എന്തെല്ലാം മാർഗ്ഗങ്ങൾ അവലംബിക്കാം എന്നതായിരുന്നു ഇതിന് അവലംബിച്ച തന്ത്രം. മലയാളഭാഷയുടെ കാര്യത്തിൽ പുതിയ ലിപി എന്നു വിളിക്കപ്പെടുന്ന ലിപിസമ്പ്രദായം നിർദ്ദേശിക്കപ്പെടുന്നത് ഈ സന്ദർഭത്തിലാണ്. എന്നാൽ ടൈപ്പ്റൈറ്ററിൽനിന്ന് വ്യത്യസ്തമായ യന്ത്രസംവിധാനം എന്നനിലയിൽ മെച്ചപ്പെട്ട വിധത്തിൽ കമ്പ്യൂട്ടറിന് ഈ പ്രശ്നത്തിന് പരിഹാരം കാണാനാകും. ഓഫ്സെറ്റ് അച്ചടിയുടെ സാദ്ധ്യതകൾ വിപുലപ്പെടുത്തിയ ഫോട്ടോ ടൈപ്പ്സെറ്റിംഗ് സംവിധാനത്തിന് കമ്പ്യൂട്ടർ ഉപയോഗിക്കേണ്ടത് ആവശ്യമായിരുന്നു. ഇങ്ങനെ ഒരു ആവശ്യത്തിൽനിന്നാണ് മലയാളം കമ്പ്യൂട്ടിംഗിന്റെ ചരിത്രത്തിലെ പ്രധാനപ്പെട്ട ഒരു പരീക്ഷണം നടക്കുന്നത്.

അമ്പാൾ പ്രസ്സ് പരീക്ഷണം

പാലക്കാട് നഗരത്തിലെ ഒരു അച്ചുകൂടമാണ് അമ്പാൾ പ്രസ്സ്. അച്ചടിയിലെ പുതിയ സാങ്കേതികവിദ്യ ഉപയോഗിക്കുവാനുള്ള പരിശ്രമത്തിനിടയിലാണ് മലയാളത്തിൽ ഫോട്ടോ ടൈപ്പ്സെറ്റിംഗ് നടത്തുവാനുള്ള ക്രമീകരണം ഉണ്ടാക്കിയെടുക്കുവാൻ അമ്പാൾ പ്രസ്സിന്റെ ഉടമസ്ഥർ നിശ്ചയിച്ചത്. കമ്പ്യൂട്ടർ സാങ്കേതികവിദ്യ കേരളത്തിൽ പലവിധത്തിൽ ചർച്ച ചെയ്യപ്പെടുന്ന കാലം. അക്കാലത്ത് ഇടതുപക്ഷ ബാങ്കിംഗ് സംഘടനകളും യുവജന-സർവ്വീസ് സംഘടനകളും കമ്പ്യൂട്ടറിനെതിരെ പോരാട്ടം നടത്തുകയായിരുന്നു. കമ്പ്യൂട്ടർ പഠനകേന്ദ്രങ്ങളും സോഫ്റ്റ്വേർ പ്രോഗ്രാമർമാരും കേരളത്തിൽ പരിമിതമായിരുന്ന അക്കാലത്ത് ഇതിനായി ഹോളണ്ടിലുള്ള ഒരു കമ്പനിയെ ചുമതലപ്പെടുത്തുകയായിരുന്നു അമ്പാൾ പ്രസ്സ് ചെയ്തത്. മലയാളഭാഷയിലെ അക്ഷരരൂപങ്ങളെ എങ്ങനെ ഇംഗ്ലീഷ് ടൈപ്പ് ചെയ്യാൻ ഉപയോഗിക്കുന്ന കീബോർഡ് ഉപയോഗിച്ച് കമ്പ്യൂട്ടറിൽ പ്രാവർത്തികമാക്കാം എന്നതായിരുന്നു അവർ കൈകാര്യംചെയ്ത പ്രശ്നം. സാമ്പ്രദായികമായ അച്ചടിയിൽ ഉപയോഗിച്ചിരുന്ന തൊള്ളായിരത്തോളം ലിപി ചിഹ്നങ്ങൾ, സ്വരങ്ങൾ, വ്യഞ്ജനങ്ങൾ, മദ്ധ്യമങ്ങൾ, ഊഷ്മാക്കൾ, ചില്ലുകൾ എന്നീ ഗണങ്ങളിൽപ്പെടുന്ന അക്ഷരങ്ങൾ, കൂട്ടക്ഷരങ്ങൾ, ഇരട്ടിപ്പുകൾ എന്നിങ്ങനെ അതീവസങ്കീർണ്ണമായ മലയാളഭാഷയെ വരുതിയിൽ നിറുത്താൻ പര്യാപ്തമായ യുക്തിയല്ല ഇംഗ്ലീഷിനും മറ്റ് യൂറോപ്യൻഭാഷകൾക്കുമുള്ളത്. അതിനാൽ അവയുടെ മാതൃക പിന്തുടരാനോ അനുകരിക്കാനോ സാദ്ധ്യമല്ല. ഈ സാഹചര്യത്തിൽ

മലയാളത്തിലെ അക്ഷരങ്ങൾ മുഴുവൻ ടൈപ്പുചെയ്യാനായി പ്രത്യേകം കീബോർഡുതന്നെ അവർ രൂപകല്പന ചെയ്തു. നിലവിൽ നാം ഉപയോഗിക്കുന്ന ക്വർട്ടി (QWERTY) കീബോർഡ് മലയാളത്തിന് മതിയാവില്ല എന്ന പൂർവ്വാനുമാനത്തിൽ നിന്നുമാണ് ഇങ്ങനെയൊരു പ്രയോഗരീതി അവർ വികസിപ്പിച്ചെടുത്തത്.

ഇംഗ്ലീഷ് ടൈപ്പ് റൈറ്ററിന്റെ കീബോർഡിനു പകരം മൂന്നിരട്ടിയോളം എണ്ണം കട്ടകൾ അധികംവരുന്ന വിപുലമായ മലയാളം കീബോർഡാണ് ഹോളണ്ട് കമ്പനി നിർമ്മിച്ചുനല്കിയത്. കമ്പരാമായണവും മറ്റും ഇത് ഉപയോഗിച്ച് ടൈപ്പ്സെറ്റ് ചെയ്യുകയും അച്ചടിക്കുകയും ചെയ്തു. ഫോട്ടോ ടൈപ്പ്സെറ്റിംഗിന്റെ മാതൃകയിൽ ഫോട്ടോഗ്രാഫിക്കായി അക്ഷരങ്ങൾ ആലേഖനം ചെയ്യുന്ന തീർത്തും ഡിജിറ്റലല്ലാത്ത ഒരു ഡസ്ക്ടോപ് സിസ്റ്റമായിരുന്നു അത്. രണ്ടുവർഷത്തോളം ഇത് അമ്പാൾ പ്രസ്സ് ഉപയോഗിച്ചു. അങ്ങനെയിരിക്കെ കേടുവന്ന യന്ത്രസംവിധാനം നന്നാക്കാൻ അന്വേഷിക്കുമ്പോൾ ഹോളണ്ട് കമ്പനി പൂട്ടിപ്പോയിരുന്നു. എൺപതുകളുടെ അവസാനത്തിൽ IBM-PC കളെ അടിസ്ഥാനമാക്കി മുന്നേറിയ ഭാഷാസാങ്കേതികതയും ഡി ടി പി സിസ്റ്റങ്ങളും ലോകത്തിലെ പ്രമുഖരായ ഫോട്ടോ ടൈപ്പ്സെറ്റിംഗ് കമ്പനികളെ ഇങ്ങനെ പൂട്ടിച്ചു കളഞ്ഞു. നിലനിന്നിരുന്നുവെങ്കിൽ, പുതിയ അക്ഷരങ്ങളുടെ ഡി ടി പി പ്രളയത്തിൽ തനതുലിപിയുടെ പ്രസക്തിയും പ്രയോഗവും കെടാതിരിക്കാൻ അമ്പാൾ പ്രസ്സിന്റെ പരീക്ഷണത്തിനു കഴിഞ്ഞേനെ. രചന വന്നതിനു ശേഷം ഇപ്പോൾ പല ഗ്രന്ഥങ്ങളും അവർ തനതുലിപിയിൽ പ്രസിദ്ധീകരിക്കുന്നു. പാലക്കാട്ടുള്ള അമ്പാൾ പ്രസ്സ് എൺപതുകളുടെ മദ്ധ്യത്തിൽ മലയാളത്തിന്റെ തനതുലിപിക്കുവേണ്ടി നടത്തിയ ഈ സംരംഭം മലയാളം കമ്പ്യൂട്ടിംഗ് ചരിത്രത്തിലെ ഒരു പ്രധാന ഏടാണ്.

ഡിജിറ്റൽ സാങ്കേതികതയിലേക്ക്

1980-കളുടെ തുടക്കത്തിലാണ് ഡസ്ക്ടോപ് കമ്പ്യൂട്ടർ കേരളത്തിൽ എത്തുന്നത്. ഐ.ബി.എം.പി സികളെക്കാൾ ആപ്പിൾ മക്കിൻടോഷ് ആയിരുന്നു അക്കാലത്ത് കൂടുതൽ പ്രചാരത്തിൽ ഉണ്ടായിരുന്നത്. മലയാളത്തിൽ ഡി ടി പി കടന്നുവരുന്നതും പ്രയോഗിക്കപ്പെടുന്നതും മക്കിന്റോഷിലൂടെയാണ്. അതിനു മുമ്പ് ഒരു ദശകത്തോളം പത്രസ്ഥാപനങ്ങൾ അച്ചടിക്ക് ഉപയോഗിച്ചിരുന്ന സാങ്കേതികവിദ്യ ഫോട്ടോ ടൈപ്പ്സെറ്റിംഗിന്റേതായിരുന്നു. മലയാള മനോരമ, മാതൃഭൂമി, ദീപിക മുതലായ വൻപത്രസ്ഥാപനങ്ങളിലായിരുന്നു ഫോട്ടോ ടൈപ്പ്സെറ്റിംഗ്

മെഷീനുകൾ ഉണ്ടായിരുന്നത്. കീബോർഡ് ഉപയോഗിച്ച് അക്ഷരങ്ങൾ ടൈപ്പ് ചെയ്യാനും സംയുക്താക്ഷരങ്ങൾ ഉണ്ടാക്കാനും കമ്പ്യൂട്ടർ സാങ്കേതികതതന്നെയാണ് ഉപയോഗിച്ചിരുന്നതെങ്കിലും അക്ഷരങ്ങൾ വാർന്നുവീഴുന്നത് സെല്ലുലോയിഡിൽ പതിപ്പിച്ച അക്ഷരമാതൃകയിൽ നിന്നുമായിരുന്നു. അതാവട്ടെ ഇന്ന് നിലവിലിരിക്കുന്ന ഡിജിറ്റൽ സാങ്കേതികവിദ്യ ആയിരുന്നില്ല. അതിനാൽ അങ്ങനെ നിർമ്മിക്കപ്പെട്ട ടെക്സ്റ്റുകൾ ഡിജിറ്റൽ ടെക്സ്റ്റുകളുമായിരുന്നില്ല.

മക്കിന്റോഷും കൂടെവന്ന ഡസ്ക്ക്ടോപ്പ് ലേസർ പ്രിന്ററും ടൈപ്പ് സെറ്റിംഗിനെ ആകെ മാറ്റിമറിച്ചു. മക്കിന്റോഷിലുണ്ടായിരുന്ന ആൾഡസ് പേജ്മേക്കർ എന്ന പ്രോഗ്രാം (ഇത് പിന്നീട് അഡോബ് ലബോറട്ടറീസ് വാങ്ങുകയും അഡോബ് പേജ്മേക്കറായി മാറുകയും ചെയ്തു.) ടെക്സ്റ്റ് ടൈപ്പ് ചെയ്യുക മാത്രമല്ല പേജ് ക്രമീകരിക്കാനുമുള്ള സംവിധാനവും ഈ പ്രോഗ്രാമിന് ഉണ്ടായിരുന്നു. ലോകവ്യാപകമായി ഉപയോഗിക്കപ്പെട്ട പേജ്മേക്കർ ടൈപ്പ്സെറ്റിംഗിനെ പേജ് ലേഔട്ട് സംവിധാനത്തിലേക്കുയർത്തി. കേരളത്തിൽ ഡി ടി പി അഥവാ ഡസ്ക്ക്ടോപ് പബ്ലിഷിംഗിന്റെ തുടക്കം അവിടെയാണ്. എൺപതുകളുടെ രണ്ടാം പകുതിയിലാണ് ഐ.ബി.എം.പി സികൾ ഡി ടി പിക്കുവേണ്ടി ഉപയോഗിക്കുന്നത്. മലയാളത്തിന്റെ വ്യാപകമായ ഡിജിറ്റൽ ആപ്ലിക്കേഷനുകൾ തുടങ്ങുന്നത് അങ്ങനെയാണ്.

ഇസ്കിയും ഇസ്സ്കോക്കും ഇൻസ്ക്രിപ്റ്റും

ഇന്ത്യയിലെ പ്രാദേശികഭാഷകൾക്കുവേണ്ടി ഫോണ്ടുകളും ടെക്സ്റ്റ് എഡിറ്റിംഗ് പ്രോഗ്രാമുകളും ഉണ്ടാക്കാനായി ആദ്യം രംഗത്തുവന്നത് ബോംബെയിലെ അബാക്കസ്, ഹൈദരബാദിലെ വിഷൻലാബ് എന്നീ കമ്പനികളാണ്. പിന്നീട് പ്രകാശക് എന്ന പ്രോഗ്രാമുമായി ബാംഗളൂർ ആസ്ഥാനമായി പ്രവർത്തിക്കുന്ന സൊനാറ്റ എത്തി. വാണിജ്യാടിസ്ഥാനത്തിൽ പ്രവർത്തിച്ചിരുന്ന ഈ സ്ഥാപനങ്ങൾ പുസ്തകങ്ങളുടെ അച്ചടിക്ക് ആവശ്യമായ ഭാഷാസോഫ്റ്റ്‌വേർ വിപണിയിലെത്തിച്ചു. ഇവ ഓരോന്നും തങ്ങൾക്ക് സൗകര്യപ്രദമായ എൻകോഡിംഗ് വ്യവസ്ഥയാണ് ഉപയോഗിച്ചിരുന്നത്. മാത്രമല്ല ഇവയിൽ ഓരോന്നിലും ഉണ്ടായിരുന്ന ലിപിചിഹ്നങ്ങളുടെ എണ്ണത്തിലും വ്യത്യാസമുണ്ടായിരുന്നു. ഒരു പ്രോഗ്രം ഉപയോഗിച്ച ടൈപ്പുചെയ്യാനാകുന്ന അക്ഷരം വേറൊന്നിൽ ലഭ്യമല്ലാത്ത സാഹചര്യമാണ് ഇതിന്റെ ഫലമായി ഉണ്ടായിരുന്നത്. മാത്രമല്ല, ഓരോ പ്രോഗ്രാമും വ്യത്യസ്തമായ കീബോർഡ് വിന്യസനമാണ്

ഉപയോഗിച്ചിരുന്നത്. ഒരു കീബോർഡ് പരിശീലിച്ച ഒരാൾക്ക് മറ്റൊരു പ്രോഗ്രാം ഉപയോഗിക്കണമെങ്കിൽ വേറൊരു കീബോർഡ് വിന്യസനം പഠിക്കേണ്ടതായി വരും. കമ്പ്യൂട്ടറിൽ മലയാളം ഉപയോഗിക്കാൻ സാദ്ധ്യമാണെങ്കിലും അത് വളരെ പ്രയാസകരമാണ് എന്ന ധാരണ വ്യാപകമാക്കാൻ ഇതു വഴിയൊരുക്കി. ഈ പ്രശ്നം മലയാളത്തിനു മാത്രമല്ല എല്ലാ ഇന്ത്യൻഭാഷകൾക്കും സാമാന്യമായി നേരിടേണ്ടിവന്നതാണ്. ഇതിന് പ്രതിവിധി എന്നനിലയിലാണ് എൻകോഡിംഗിന്റെ മാനകീകരണം ആവശ്യമായി വരുന്നത്. നേരത്തെ സൂചിപ്പിച്ചതുപോലെ കേന്ദ്രസർക്കാരിന്റെ ഇലക്ട്രോണിക്സ് വിഭാഗം ഈ പ്രവർത്തനത്തിന്റെ ചുമതലക്കാരായി. അവർ ആരംഭിച്ച പ്രവർത്തനത്തെ അടിസ്ഥാനമാക്കി സോഫ്റ്റ്വേറുകൾ നിർമ്മിക്കുവാനുള്ള ചുമതല കേന്ദ്ര സർക്കാർ ഉടമസ്ഥതയിലുള്ള പൂനെയിലുള്ള സി ഡാക്കിനു നല്കുകയും ചെയ്തു.

ആസ്കി എൻകോഡിംഗിന്റെ മാതൃക പിന്തുടർന്ന് നിർമ്മിക്കപ്പെട്ട എട്ട് ബിറ്റുകൾ ഉൾക്കൊള്ളുന്ന എൻകോഡിംഗാണ് ഇന്ത്യൻ ഭാഷകൾക്കായി നല്കിയിട്ടുള്ളത്. ഇതിനെ ആസ്കിയെ അനുകരിച്ച് ഇസ്കി എന്ന് നാമകരണം ചെയ്തു. ഇന്ത്യൻ സ്റ്റാൻഡേർഡ് കോഡ് ഫോർ ഇൻഫർമേഷൻ ഇന്റർചേഞ്ച് (Indian Standard Code for Information Interchange) എന്നതിന്റെ ചുരുക്കരൂപമാണ് ഇസ്കി. ഇസ്കി എൻകോഡിംഗിനെ അടിസ്ഥാനമാക്കി ഉണ്ടാക്കിയ ഫോണ്ട് കോഡാണ് ഇസ്ഫോക്. ഇന്ത്യൻ സ്ക്രിപ്റ്റ് ഫോണ്ട് കോഡ് എന്നതിന്റെ ചുരുക്കരൂപമാണ് ഇസ്ഫോക്(ISFOC). എല്ലാ ഇന്ത്യൻഭാഷകളും ചരിത്രപരമായ സവിശേഷതകൾ കാരണം ഏറെക്കുറേ സമാനമായ അക്ഷരമാലാക്രമം ദീക്ഷിച്ചുള്ളവയാണ്. സ്വരങ്ങൾ, വ്യഞ്ജനങ്ങൾ, മദ്ധ്യമങ്ങൾ, ഊഷ്മാക്കൾ എന്നിങ്ങനെയാണ് അവയുടെ വ്യവസ്ഥ. ഓരോ ഭാഷയ്ക്കും ഇതിൽ ചില്ലറ ഏറ്റക്കുറച്ചിലുകൾ ഉണ്ടാകും. ഉദാഹരണമായി, മറ്റ് ഭാഷകളിൽനിന്നും വ്യത്യസ്തമായി മലയാളത്തിൽ ഉള്ളവയാണ് ചില്ലുകൾ. തമിഴിൽ അതിഖരം, മൃദു, ഘോഷം എന്നിവയില്ല എന്നത് വേറൊരു ഉദാഹരണം. എങ്കിലും എല്ലാ ഭാരതീയഭാഷകൾക്കും പൊതുവായ ഒരു ക്രമം കണ്ടെത്താനാകും. ഈ ക്രമത്തെ അടിസ്ഥാനമാക്കിയാണ് ഇസ്ഫോക് കോഡ് ക്രമീകരിച്ചിരിക്കുന്നത്. ഇതിൽ സ്ക്രിപ്റ്റ് എന്നതുകൊണ്ട് ഒരു ഭാഷയെയാണ് വിവക്ഷിക്കുന്നത്. മലയാളം ഈ വ്യവസ്ഥയനുസരിച്ച് ഒരു സ്ക്രിപ്റ്റാണ്, തമിഴ്, കന്നട, ബംഗാളി എന്നിവ അതുപോലെ വേറെ ചില സ്ക്രിപ്റ്റുകളുമാണ്.

അവയിൽ ഓരോന്നിലുമുള്ള അക്ഷരങ്ങളാണ് ഫോണ്ട് എന്നതിനാൽ അർത്ഥമാക്കുന്നത്. ഈ വ്യവസ്ഥയനുസരിച്ച് MLTTRevathi എന്നത് മലയാളം എന്ന സ്ക്രിപ്റ്റിലെ ട്രൂടൈപ്പ് ഗണത്തിൽപ്പെടുന്ന ഫോണ്ട് രേവതി എന്നാണ് സൂചിപ്പിക്കപ്പെടുന്നത്. ഇസ്ഫോക് കോഡിംഗിന്റെ അടിസ്ഥാനത്തിൽ ഫോണ്ടുകൾ ഉപയോഗിക്കാനായി രൂപകല്പന ചെയ്യപ്പെട്ട കീബോർഡ് മാനേജർ പ്രോഗ്രാമാണ് ഐ.എസ്.എം (ISM) എന്ന ചുരുക്കപ്പേരിൽ അറിയപ്പെടുന്ന ഇസ്ഫോക് സ്ക്രിപ്റ്റ് മാനേജർ.

വിപുലമായ സോഫ്റ്റ്‌വേർ വികസനവിപണനസന്നാഹങ്ങളുമായി കേന്ദ്രസർക്കാർ ഉടമസ്ഥതയിലുള്ള പൂനെയിലുള്ള സി ഡാക് കടന്നു വന്നതോടെ തൊണ്ണൂറുകളുടെ ആദ്യപകുതിയിൽ കേരളക്കരയിൽ ഡസ്ക്ടോപ്പ് പബ്ലിഷിംഗ് വ്യാപകമായ പ്രചാരം നേടി. ഇക്കാലമാകുമ്പോഴേക്കും വിൻഡോസ് ഒരു ഓപ്പറേറ്റിംഗ് സിസ്റ്റം എന്നനിലയിൽ പതുക്കെ ജനപ്രിയത ആർജ്ജിച്ചുവരികയായിരുന്നു. വിൻഡോസിൽ ഉപയോഗിക്കാവുന്ന ഐ.എസ്.എം പായ്ക്കേജുകൾ പൂനെയിലെ സി ഡാക് ഈ ഘട്ടത്തിലാണ് പുറത്തിറക്കിയത്. ഇന്നിപ്പോൾ കേരളത്തിൽ വേഡ് പ്രൊസസ്സിംഗിനും ഡി ടി പിക്കും ഏറ്റവും കൂടുതൽ ഉപയോഗിക്കുന്നത് സി ഡാക്കിന്റെ പായ്ക്കേജുകളാണ്. മലയാളത്തിൽ ഏറ്റവും കൂടുതൽ ഫോണ്ടുകളുടെ ശ്രേണി ഒരുക്കിയിരിക്കുന്നതും സി ഡാക്കാണ്. മലയാളം മാത്രമുള്ള മോണോലിംഗ്വൽ ഫോണ്ടുകൾ, മലയാളത്തോടൊപ്പം ഇംഗ്ലീഷും ഉപയോഗിക്കാൻ സാധിക്കുന്ന ബൈലിംഗ്വൽ ഫോണ്ട്, വെബ്ബ് ഫോണ്ടുകൾ എന്നിവ ഉൾക്കൊള്ളുന്ന സി ഡാക്കിന്റെ പായ്ക്കേജുകൾ അതുവരെ മലയാളം ടൈപ്പ് സെറ്റിംഗിനായി സ്വകാര്യകമ്പനികൾ പുറത്തിറക്കിയവയെ അപേക്ഷിച്ച് എല്ലാ നിലയിലും മികച്ചതായിരുന്നു. ഫോണ്ട് സാങ്കേതികവിദ്യയിൽ ട്രൂ ടൈപ്പ് ഫോണ്ടുകളോടൊപ്പം അഡോബിന്റെ സാങ്കേതികവിദ്യ ഉപയോഗിക്കുന്ന ടൈപ്പ് വൺ ഫോണ്ടും ഉൾക്കൊള്ളിച്ചാണ് ഇവ പുറത്തിറങ്ങിയത്. പക്ഷെ ഇതിൽ ഉപയോഗിച്ച മലയാളം ലിപി, മറ്റു പായ്ക്കേജുകളിലെല്ലാം എന്നതുപോലെ പുതിയ ലിപിയായിരുന്നു. കേരളത്തിൽ 1971ൽ നടപ്പിലാക്കിയ ലിപിപരിഷ്കരണത്തെത്തുടർന്ന് മലയാളത്തിന്റെ ഔദ്യോഗികലിപി പുതിയ ലിപിയാണ് എന്ന ധാരണയിലാണ് ഇത്തരം പ്രോഗ്രാമുകൾ എല്ലാം ഉണ്ടാക്കിയിരുന്നത്. വ്യഞ്ജനങ്ങളോടൊപ്പം ചേർന്നിരുന്ന സ്വരങ്ങളുടെ ചിഹ്നം വേർപെടുത്തിയും കൂട്ടക്ഷരങ്ങൾ ചന്ദ്രക്കല ഉപയോഗിച്ച് പിരിച്ചെഴുതിയും ടൈപ്പ്

റൈറ്ററിൽ ഉപയോഗിക്കാവുന്ന രീതിയിൽ ക്രമീകരിച്ചതായിരുന്നു പുതിയ ലിപി. കേരളത്തിനു പുറത്തുള്ള കമ്പനികൾക്കും അവയിലെ മലയാളികളല്ലാത്ത പ്രോഗ്രാമർമാർക്കും ഔദ്യോഗികലിപിനിർദ്ദേശത്തിൽ അസ്വാഭാവികത തോന്നിയതിനാൽ അവർ മറ്റു ഭാരതീയഭാഷകളുടെ കാര്യത്തിൽ ചെയ്തതുപോലെ ആകാവുന്നത്ര കൂട്ടക്ഷരങ്ങൾ ഉൾപ്പെടുത്തിയാണ് അവരുടെ പ്രോഗ്രാമുകൾ ഉണ്ടാക്കിയിരുന്നത്. സി ഡാക്ക് മാത്രമല്ല മറ്റ് കമ്പനികളും പിന്തുടർന്നത് ഇതേ നയമാണ്. പൂനെയിലുള്ള മോഡുലർ ഇൻഫോടെക്, ശ്രീലിപി എന്ന പേയ്ക്കേജുമായി ഇക്കാലത്താണ് രംഗത്തെത്തുന്നത്. കേരളത്തിൽ ശ്രീലിപിക്കും മോഡുലറിന്റെ മറ്റ് ഉല്പന്നങ്ങളായ അങ്കുർ, രൂപ എന്നിവയ്ക്കും സാമാന്യം നല്ല പ്രചാരം ലഭിച്ചിട്ടുണ്ട്.

മലയാളം കമ്പ്യൂട്ടിംഗ് ഉല്പന്നങ്ങളുടെ മേഖലയിൽ കേരളത്തിന്റെ സാന്നിദ്ധ്യം തിരുവനന്തപുരത്തെ സൂപ്പർസോഫ്റ്റിന്റെ തൂലികയാണ്. അജയ്‌ലാലിന്റെ നേതൃത്വത്തിലുള്ള സൂപ്പർസോഫ്റ്റ് ജ്യോതിഷപ്രവചനത്തിനുള്ള സോഫ്റ്റ്‌വേർ തയ്യാറാക്കുന്നതിന്റെ ഭാഗമായാണ് മലയാളം കമ്പ്യൂട്ടിംഗിന്റെ മേഖലയിൽ ശ്രദ്ധയൂന്നുന്നത്. 1991 ഒക്ടോബറിലാണ് സൂപ്പർ മലർ എന്ന പേരിൽ ഡോസ് ഓപ്പറേറ്റിംഗ് സിസ്റ്റത്തിൽ പ്രവർത്തിക്കുന്ന മലയാളം ടെക്സ്റ്റ് എഡിറ്റർ അജയ്‌ലാൽ പുറത്തിറക്കിയത്. പ്രോഫറ്റ് എന്ന ജ്യോതിഷപ്രവചന സോഫ്റ്റ്‌വേർ, വിൻഡോസിൽ പ്രവർത്തിക്കുന്ന തൂലിക എന്ന വേഡ്പ്രൊസസ്സർ എന്നിവയാണ് അജയ്‌ലാലിന്റെ ഈ രംഗത്തെ പ്രധാനസംഭാവനകൾ. ജ്യോതിഷസോഫ്റ്റ്‌വേർ സ്വാഭാവികമായും മലയാളം ഉപയോഗിക്കുന്ന ഒരു ആപ്ലിക്കേഷനായാണ് അജയ്‌ലാൽ രൂപപ്പെടുത്തിയത്. ആദ്യത്തെ മലയാളം യൂനിക്കോഡ് ഫോണ്ട് 2002 ജൂണിൽ പുറത്തിറക്കിയത് അജയ്‌ലാലാണ്. പുതിയ ലിപിയെ അടിസ്ഥാനമാക്കിയാണ് ഇവയെല്ലാം അദ്ദേഹം ചിട്ടപ്പെടുത്തിയത്. സി ഡാക്കും മറ്റു കമ്പനികളും അനുവർത്തിച്ചതുപോലെ കൂട്ടക്ഷരങ്ങൾ ആകാവുന്നത്ര ഉൾക്കൊള്ളിച്ചുതന്നെയാണ് ഈ വേഡ്പ്രൊസസ്സറും നിർമ്മിക്കപ്പെട്ടത്. കേരളത്തിൽനിന്നുമുള്ള മറ്റൊരു സോഫ്റ്റ്‌വേർ പഞ്ചാരി ആയിരുന്നു. കേരളത്തിലെ ചില പത്രങ്ങൾ ഇത് ഉപയോഗിക്കുന്നുണ്ട്. ഇപ്പോൾ പ്രചാരത്തിലില്ലാത്തതാണ് ഈ പായ്ക്കേജ്.

ലിനക്സിലെ ആദ്യപരിശ്രമങ്ങൾ

വിൻഡോസിനു പുറമെ ലിനക്സിലും മലയാളം പ്രാവർത്തികമാക്കാൻ ശ്രമങ്ങളുണ്ടായിട്ടുണ്ട്. മൈക്രോസോഫ്റ്റിന്റെ സോഫ്റ്റ്‌വേർ മേഖലയിലെ ആധിപത്യസ്ഥാപനപരിശ്രമങ്ങളിലെ അധാർമ്മികവും രഹസ്യാത്മകവുമായ നയസമീപനങ്ങളോടുള്ള എതിർപ്പാണ് സ്വതന്ത്രസോഫ്റ്റ്‌വേർ പ്രസ്ഥാനത്തിൽ കേരളീയർക്ക് ആഭിമുഖ്യം ഉണ്ടാവാനിടയാക്കിയത്. ആദ്യഘട്ടത്തിൽ ഒറ്റപ്പെട്ട പരിശ്രമങ്ങൾ ചെറുസംഘങ്ങൾ നടത്തി. ലിനക്സിലെ ചില ഡിസ്ട്രിബ്യൂഷനുകളിലെ ടെക്സ്റ്റ് എഡിറ്ററുകളിൽ മലയാളംകൂടി ടൈപ്പ് ചെയ്യുവാനുള്ള സംവിധാനം ഉണ്ടാക്കാനാണ് അവർ ശ്രമിച്ചത്. തിരുവനന്തപുരത്തെ ഒരു സംഘം മലയാളം ലിനക്സ് എന്ന പേരിൽ ഒരു ലിനക്സ് ഡിസ്ട്രിബ്യൂഷൻതന്നെ തയ്യാറാക്കി. മലയാളത്തിന് പ്രാമുഖ്യം ഇതിലുണ്ടെന്നും ഇന്ത്യൻഭാഷകളിൽ നടക്കുന്ന ലിനക്സ് ലോക്കലൈസേഷന് അടിത്തറയൊരുക്കാനുമുള്ള സന്നദ്ധസേവകരുടെ പരിശ്രമമാണിതെന്നും കാണേണ്ടതുണ്ട്. വിൻഡോസിന്റെ പ്രചാരവും അതിന്റെ ഫലമായി അതിനുണ്ടായിക്കഴിഞ്ഞ ആധികാരികതയും കാരണം ബൂട്ടബിൾ സി ഡി[1] യായാണ് മലയാളം ലിനക്സ് പുറത്തിറക്കിയത്. ഇൻസ്റ്റൾ ചെയ്യാതെ ഉപയോഗിക്കാമെന്നതിനാൽ ഉപയോക്താവിന്റെ കമ്പ്യൂട്ടർ ഒരു ലിനക്സ് പരീക്ഷണത്തിനു ശേഷവും പഴയതുപോലെ തുടരും എന്ന പ്രലോഭനം ഉണ്ടായിരുന്നിട്ടുപോലും ഇതിന് വ്യാപകമായ പ്രചാരം ലഭിച്ചില്ല. ലിനക്സിനോട് കേരളീയസമൂഹത്തിൽ പ്രത്യയശാസ്ത്രപരമായ തലത്തിൽ ആഭിമുഖ്യം തുടക്കംമുതൽ ഉണ്ടെങ്കിലും ഇന്നും ലിനക്സിനുവേണ്ടി സംസാരിക്കുന്നവർ അധികവും വിൻഡോസ് തന്നെയാണ് ഉപയോഗിക്കുന്നത്. ലിനക്സ് പരിശീലിപ്പിക്കുവാനും പ്രചാരത്തിലെത്തിക്കുവാനുമുള്ള ശ്രമങ്ങളുടെ പരിമിതി എന്നതിനേക്കാൾ മലയാളിയുടെ സഹജമായ വൈഷണിക ഇരട്ടത്താപ്പാണ് ഇതിനുകാരണം എന്നു പറഞ്ഞാൽ അതിൽ അതിശയോക്തിയില്ല. ഒരു ഓപ്പറേറ്റിംഗ് സിസ്റ്റം എന്നനിലയിൽ ലിനക്സിനെ പരിഗണിച്ച് ലിനക്സ് ഡിസ്ട്രിബ്യൂഷനുകളിൽ മലയാളം ഉപയോഗിക്കുവാനുള്ള സോഫ്റ്റ്‌വേർ പൂനെയിലെ സി ഡാക്ക് തയ്യാറാക്കി വിപണിയിലെത്തിച്ചിരുന്നു. എങ്കിലും ഇതിന് ആവശ്യക്കാർ പരിമിതമായിരുന്നു. എങ്കിലും ലിനക്സിലെ ടക്സ് ഉപയോഗിച്ച് ടൈപ്പ്സെറ്റ് ചെയ്യുന്ന അപൂർവ്വം സ്ഥാപനങ്ങൾ കേരളത്തിലുണ്ട്.

---

1 ലിനക്സിനെക്കുറിച്ച് പലതരത്തിലുള്ള സംശയങ്ങളുള്ള ഉപയോക്താക്കൾ തങ്ങളുടെ കമ്പ്യൂട്ടറിൽ അത് ഇൻസ്റ്റൾ ചെയ്യാൻ മടിച്ചിരുന്നു. അത്തരക്കാർക്ക് സി ഡി ഡ്രൈവിൽ ഈ ഡിസ്കിട്ട് ഇൻസ്റ്റൾ ചെയ്യാതെതന്നെ ഉപയോഗിക്കാൻ സഹായിക്കുന്നതാണ് ഈ സി ഡി.

രചന: തനതുലിപിയും സന്നദ്ധപ്രവർത്തനവും

സർക്കാർസംരഭങ്ങളോടുള്ള പ്രതികരണം എന്നനിലയിൽ ആരംഭിച്ച ഒരു പ്രവർത്തനം മലയാളഭാഷാകമ്പ്യൂട്ടിംഗിൽ വിപ്ലവകരമായ മാറ്റത്തിന് വഴിയൊരുക്കി. രചന അക്ഷരവേദിയുടെ തുടക്കവും പ്രവർത്തനവും ഇതാണ് വ്യക്തമാക്കുന്നത്. 1968-ൽ സമർപ്പിക്കപ്പെട്ട ലിപിപരിഷ്കരണനിർദ്ദേശവും 1971-ലെ സർക്കാർ ഉത്തരവും 1973-ൽ ലിപിപരിഷ്കരണനിർദ്ദേശത്തിനു വിരുദ്ധമായി പരിഷ്കരിച്ച ലിപി പാഠപുസ്തകത്തിൽ കൊണ്ടുവന്നതും മലയാളം എഴുത്തിനെയും അച്ചടിയെയും അവ്യവസ്ഥിതത്വത്തിലേക്ക് നയിക്കുകയാണെന്നു വിവേകശാലികളായവർ ആവർത്തിച്ച് പറഞ്ഞുകൊണ്ടിരുന്നതാണ്. എങ്കിലും, പരിഷ്കരണം ഇനിയും വേണമെന്നും മലയാളത്തിൽ അനാവശ്യമായ അക്ഷരങ്ങളുണ്ടെന്നും അവയെല്ലാം ഉപേക്ഷിച്ച് അക്ഷരസംഖ്യ കുറയ്ക്കണമെന്നും അല്ലെങ്കിൽ ഡിജിറ്റൽ കാലഘട്ടത്തിൽ മലയാളത്തിന്റെ ഭാവി ഇരുളടഞ്ഞുപോകുമെന്നുമുള്ള വാദമുഖങ്ങൾ അവതരിപ്പിക്കപ്പെട്ടുകൊണ്ടേയിരുന്നു. മലയാളത്തിലെ മുഴുവൻ അക്ഷരങ്ങളും കമ്പ്യൂട്ടറിൽ ഉപയോഗിക്കാനാകില്ലെന്നും സിദ്ധാന്തിക്കപ്പെട്ടു. കമ്പ്യൂട്ടർ സാങ്കേതികവിദ്യയെക്കുറിച്ച് അജ്ഞരായവരെ തെറ്റിദ്ധരിപ്പിക്കാൻ ഇതുകൊണ്ട് സാധിക്കുമെങ്കിലും തികച്ചും അസംബന്ധമായ ഈ വാദം ആപൽക്കരമായ ദിശയിലേക്ക് ലിപിപരിഷ്കരണത്തെ നയിക്കുകയാണെന്നു തിരിച്ചറിഞ്ഞ ഒരു സംഘം ഈ വാദമുഖങ്ങളുടെ യുക്തിരാഹിത്യവും കാപട്യവും തുറന്നുകാണിക്കുവാൻ സന്നദ്ധരായി. കേരള സർവ്വകലാശാലയുടെ ലെക്സിക്കൺ വകുപ്പിലെ ആർ.ചിത്രജകുമാർ, പി.ഗംഗാധരൻ, പീച്ചിയിലെ വനഗവേഷണ ഇൻസ്റ്റിറ്റ്യൂട്ടിലെ ഇൻഫർമേഷൻ ഓഫീസറായ കെ.എച്ച്.ഹുസൈൻ എന്നിവരുടെ നേതൃത്വത്തിൽ ആരംഭിച്ച ഈ പരിശ്രമമാണ് 1999-ൽ രചന അക്ഷരവേദിക്ക് ജന്മംനല്കിയത്. മലയാളം കമ്പ്യൂട്ടിംഗിന് ഏറ്റവും അനുയോജ്യം മലയാളത്തിന്റെ പരമ്പരാഗതമായ (തനതുലിപി) ലിപിയാണെന്ന വാദം രചന മുന്നോട്ടുവെച്ചു. 1824 മുതൽ, അതായത് ബെയ്‌ലിയുടെ കാലംമുതൽ, മലയാളത്തിന്റെ അച്ചടിയിൽ ഉപയോഗിച്ചിരുന്ന അക്ഷരങ്ങളുടെ ഒരു സമഗ്രപട്ടിക ചിത്രജകുമാറും ഗംഗാധരനും ചേർന്നുണ്ടാക്കി. ഏകദേശം തൊള്ളായിരത്തോളം വരുന്ന ആ അക്ഷരരൂപങ്ങൾ ഹുസ്സൈൻ ഡിസൈൻ ചെയ്ത് ടെക്സ്റ്റ് എഡിറ്റർ പ്രോഗ്രാം തയ്യാറാക്കി. കാലിഗ്രാഫി കൺസൾട്ടന്റ് പീച്ചി വനഗവേഷണ ഇൻസ്റ്റിറ്റ്യൂട്ടിലെ സുഭാഷ് കുര്യാക്കോസ് ആയിരുന്നു. ഒരു ആസ്കി ഫോണ്ടിൽ 256

കള്ളികളേ ഉള്ളൂ എന്ന പരിമിതി മറികടക്കാൻ ആറ് ആസ്കി ഫോണ്ടുകളിലായാണ് മലയാളത്തിന്റെ സമഗ്രലിപിസഞ്ചയം ക്രമീകരിച്ചത്. 1999 ജൂലൈ ഏഴിന് തിരുവനന്തപുരത്ത് വി.ജെ.ടി ഹാളിൽ നടന്ന രചന അക്ഷരവേദിയുടെ സമ്മേളനത്തിൽ മലയാളത്തിലെ എല്ലാ കൂട്ടക്ഷരങ്ങളെയും സ്വരാക്ഷരങ്ങളേയും വേഡ് പ്രോസസ്സിംഗിൽ അനായാസം ആവിഷ്കരിക്കാൻ കഴിയും എന്ന് മൈക്രോസോഫ്റ്റ് വേഡിൽ അത് ടൈപ്പ് ചെയ്തു കാണിച്ചുകൊണ്ട് തെളിയിക്കുവാൻ രചന അക്ഷരവേദിക്ക് സാധിച്ചു. മൈക്രോസോഫ്റ്റ് വേഡിലെ ഓട്ടോകറക്ട് മെക്കാനിസം ഉപയോഗിച്ച് അടിസ്ഥാനാക്ഷരങ്ങളുടെ കീയിംഗ് ഇന്നിലൂടെ കൂട്ടക്ഷരങ്ങളെ ഉല്പാദിപ്പിച്ചെടുക്കുന്ന രീതിയിലാണ് തനതുലിപി കമ്പ്യൂട്ടറിൽ ആദ്യം അവതരിപ്പിച്ചത്. ഈ ക്രമീകരണം ഉപയോഗിച്ചാണ് മലയാളത്തിന്റെ തനതുലിപിയിൽ കമ്പ്യൂട്ടർകാലത്തെ ആദ്യത്തെ പുസ്തകം, നിത്യചൈതന്യയതിയുടെ *തുമ്പപ്പൂ മുതൽ സൂര്യൻ വരെ*, കോഴിക്കോട്ടെ മൾബറി ബുക്സ് അച്ചടിച്ചു പുറത്തിറക്കിയത്. തൊണ്ണൂറ്റൊമ്പതിലെ രചന സമ്മേളനത്തിൽവെച്ച് സുഗതകുമാരി ഈ പുസ്തകം പ്രകാശനം ചെയ്തു. വേഡിൽ ടൈപ്പുചെയ്യുന്നതു മുതൽ പുസ്തകപ്രസാധനം വരെ തനതുലിപിയിൽ സാദ്ധ്യമാണ് എന്ന് രചന അക്ഷരവേദി ഇതിലൂടെ തെളിയിച്ചു.

മലയാളഭാഷാസാങ്കേതികതയിൽ അർത്ഥവത്തായ സംവാദങ്ങൾക്ക് തുടക്കം കുറിക്കാൻ രചനയ്ക്ക് സാധിച്ചു. ഒരു സോഫ്റ്റ്‌വേർ എന്നതിലുപരി രചന അക്ഷരവേദി എന്ന കൂട്ടായ്മയാണ് ഈ കമ്പ്യൂട്ടിംഗ് സംരംഭത്തിന്റെ ഏറ്റവും പ്രധാനപ്പെട്ട സംഭാവന. നിത്യചൈതന്യയതി രചന അക്ഷരവേദിയുടെ പ്രവർത്തനങ്ങൾക്ക് പ്രോത്സാഹനം നല്കിയവരിൽ പ്രമുഖനാണ്. രചന തുടങ്ങുന്നതിനു മുമ്പുതന്നെ മലയാളത്തിന്റെ തനതുലിപി കമ്പ്യൂട്ടറിലൂടെ വീണ്ടെടുക്കുന്നതിനെക്കുറിച്ച് ആഴത്തിലുള്ള ചിന്തകളും പ്രഭാഷണങ്ങളും അദ്ദേഹം നടത്തിയിരുന്നു. എം.ടി.വാസുദേവൻനായർ, ഒ.വി.വിജയൻ, വി.കെ.എൻ, എം.എൻ.വിജയൻ, സുകുമാർ അഴീക്കോട് എന്നിങ്ങനെ മലയാളത്തിലെ ഒട്ടുമിക്ക എഴുത്തുകാരുടേയും അകമഴിഞ്ഞ പ്രോത്സാഹനങ്ങൾ രചനയ്ക്ക് ലഭിച്ചു. ഭാഷാകമ്പ്യൂട്ടിംഗിന്റെ കാര്യത്തിൽ മലയാളത്തിലെ എഴുത്തുകാർ തല്പരരായിവരുന്നത് രചനയുടെ പ്രവർത്തനത്തിനു പിന്തുണ നല്കാനായി മാത്രമാണ് എന്നു പറഞ്ഞാൽപ്പോലും അതിൽ അതിശയോക്തിയില്ല. ലിപിപരിഷ്കരണം ഇനിയും മുന്നോട്ടു പോയാലല്ലാതെ ഡിജിറ്റൽ കാലഘട്ടത്തിൽ മലയാളത്തിന് ഭാവിയില്ല എന്ന മട്ടിലുള്ള പ്രവചനങ്ങൾ കമ്പ്യൂട്ടർ

സാക്ഷരത കുറഞ്ഞ കേരളീയസമൂഹത്തിൽ വലിയ ചലനങ്ങൾ സൃഷ്ടിച്ചിരുന്നില്ല. മാത്രമല്ല, പരിഷ്കരണവാദികൾ തങ്ങളുടെ വാദമുഖങ്ങൾ കേരളീയസമൂഹത്തിനു മുന്നിൽ തുറന്നുപറയാനോ അതിന്റെ സാങ്കേതികജ്ഞാനം അക്കാദമിക് സമൂഹവുമായി പങ്കുവെക്കുവാനോ സന്നദ്ധരായിരുന്നില്ല. അതിനാൽ തങ്ങളുടെ നിഗൂഢജ്ഞാനത്തെ പരസ്യമായി നിരാകരിക്കുന്നവർ എന്നനിലയിൽ രചന അക്ഷരവേദിയോട് ഔദ്യോഗികഭാഷാവിഭാഗം തികഞ്ഞ ശത്രുതതന്നെ പുലർത്തിയിരുന്നു.

ഡാറ്റാബേസ് മാനേജ്മെന്റ് മലയാളത്തിൽ

വിൻഡോസ് എന്ന ഓപ്പറേറ്റിംഗ് സിസ്റ്റം നിലവിൽ വരുന്നതിനു മുമ്പ് ഡിസ്ക് ഓപ്പറേറ്റിംഗ് സിസ്റ്റം അഥവാ *ഡോസ്* ആയിരുന്നു പ്രചാരത്തിലിരുന്നത്. ഗ്രാഫിക്ക് ഇന്റഗ്രേറ്റഡ് സ്ക്രിപ്റ്റ് ടെക്നോളജി എന്ന സാങ്കേതികവിദ്യ വികസിപ്പിച്ചെടുത്ത സി ഡാക് ഗിസ്റ്റ് കാർഡ് എന്ന ഹാർഡ്വേർ ഘടകം, ഈ കാലഘട്ടത്തിൽ, ഭാരതീയഭാഷകൾ കമ്പ്യൂട്ടറിൽ ഉപയോഗിക്കാനായി വിപണിയിൽ ഇറക്കിയിരുന്നു. ഗിസ്റ്റ് കാർഡിന്റെ സാങ്കേതികവിദ്യ പ്രചാരലുപ്തമായത് മുഖ്യമായും സോഫ്റ്റ്വേർതലത്തിൽ ഭാഷോപയോഗം സാദ്ധ്യമാവുന്ന സാഹചര്യം രൂപപ്പെട്ടതോടെയാണ്. ഡി ബേസ്, ഫോക്സ്പ്രോ, ലോട്ടസ് 1,2,3, ക്യൂ ബേസിക്ക് എന്നിവയിൽ ഇതിന്റെ സഹായത്തോടെ ഭാരതീയ ഭാഷകൾ ഉപയോഗിക്കാൻ സാധിക്കും. എന്നിരുന്നാലും, ഇതിന്റെ ഉപയോഗം പരിമിതമായിരുന്നു. എന്നാൽ ഈ സാങ്കേതികവിദ്യ ഉപയോഗപ്പെടുത്തി ധീരമായ ചില പരിശ്രമങ്ങൾ വിവരവ്യവസ്ഥാ നിർമ്മാണരംഗത്തും ഉണ്ടായിട്ടുണ്ട്. ഗിസ്റ്റ് കാർഡ് കാലഘട്ടത്തിലാണ് മലയാളത്തിലെ ആദ്യത്തെ വിവരവ്യവസ്ഥാനിർമ്മാണം വിജയപ്രദമായി പൂർത്തീകരിക്കുന്നത്. കേരളാ ഫോറസ്റ്റ് റിസർച്ച് ഇൻസ്റ്റിറ്റ്യൂട്ടിലെ ഇൻഫർമേഷൻ ഓഫീസർ കെ.എച്ച്.ഹുസ്സൈനാണ് മലയാളത്തിലെ ആദ്യത്തെ വിവരവ്യവസ്ഥയുടെ ശില്പി. തൃശ്ശൂർ പബ്ലിക്ക് ലൈബ്രറിയിൽ ഗിസ്റ്റ് കാർഡ് സാങ്കേതികത അടിസ്ഥാനമാക്കി ഡിബേസ് III-യിൽ പ്രോഗ്രാംചെയ്ത ലൈബ്രറി മാനേജ്മെന്റ് സിസ്റ്റമാണ് ഇദ്ദേഹം ഉണ്ടാക്കിയത്. പതിനഞ്ച് വർഷങ്ങൾക്കുമുമ്പ് ഉണ്ടാക്കിയ ഈ വ്യവസ്ഥ ഇന്നും പിഴവുകളില്ലാതെ ഉപയോഗത്തിലുണ്ട്. ഏകദേശം ഇരുപത്തയ്യായിരം മലയാളപുസ്തകങ്ങളുടെ വിവരവ്യവസ്ഥാനിർമ്മാണവും അതിൽ പുസ്തകങ്ങളെക്കുറിച്ചുള്ള വിവരത്തിന്റെ അന്വേഷണവും മലയാളലിപിയിൽത്തന്നെ സാദ്ധ്യമാക്കിയ ഈ സംരഭം ഒന്നരപ്പതിറ്റാണ്ടുമുമ്പ്

നിർമ്മിക്കപ്പെട്ടുവെന്നത് ഒരു അത്ഭുതമാണ്. കേരളത്തിലെ സർവ്വകലാശാലകളിലും കോളേജുകളിലുമൊക്കെയുള്ള അക്കാദമി ലൈബ്രറികളിൽ ഇക്കാലയളവിൽ വിപുലമായ കമ്പ്യൂട്ടറൈസേഷൻ നടന്നെങ്കിലും ഗ്രന്ഥവിവരവ്യവസ്ഥ (Bibliographical Information System) യും ഇലക്ട്രോണിക് കാറ്റലോഗും തയ്യാറാക്കുന്നത് ഇപ്പോഴും ഇംഗ്ലീഷിൽ തന്നെയാണ്. മലയാളപുസ്തകങ്ങളുടെ തിരച്ചിൽപോലും ഇംഗ്ലീഷിൽ മാത്രമേ സാദ്ധ്യമാകൂ എന്ന അവസ്ഥ മാറ്റിയെടുക്കാൻ ഇക്കാലത്തും പരിശ്രമങ്ങളൊന്നും നടക്കുന്നില്ല. ഇന്നും പ്രയോഗക്ഷമമായി നിലവിലുള്ള മേല്പറഞ്ഞ വിവരവ്യവസ്ഥയ്ക്ക് പിന്തുടർച്ചകൾ ഉണ്ടാക്കാൻ സർക്കാർ സ്ഥാപനങ്ങളോ സർവ്വകലാശാലകളോ ഇക്കാലമത്രയായിട്ടും മുന്നോട്ടുവന്നിട്ടില്ല.

വിവരവ്യവസ്ഥാനിർമ്മാണത്തിൽ തികച്ചും ഏകാന്തമായ പരിശ്രമങ്ങളാണ് തുടർന്നും കെ.എച്ച്.ഹുസൈൻ നടത്തിയത്. ഏകദേശം പതിനായിരം മലയാളപുസ്തകങ്ങളുടെ കാറ്റലോഗ്, തൃശ്ശൂരിലെ സെന്റ് മേരീസ് കോളേജ് ലൈബ്രറിക്കുവേണ്ടി തയ്യാറാക്കി. യുനെസ്കോയുടെ പ്രസിദ്ധമായ CDS/ISIS എന്ന Bibliographic DBMS-നെ അടിസ്ഥാനമാക്കി MISIS എന്ന പ്രോഗ്രാം ഇതിനായി അദ്ദേഹം തയ്യാറാക്കി. 22,000 മലയാളഗ്രന്ഥങ്ങളുടെ മലയാളം കാറ്റലോഗ് തലശ്ശേരി ഗവ.ബ്രണ്ണൻ കോളേജ് ലൈബ്രറിക്കുവേണ്ടി തയ്യാറാക്കി. ഇത് സി ഡിയായി പ്രകാശിപ്പിക്കുകയും ചെയ്തു. ഈ സംരംഭത്തിന് നേതൃത്വം നല്കിയത് അന്ന് ബ്രണ്ണൻ കോളേജിലെ ലൈബ്രേറിയനായ ഡോ.ആർ.രാമൻനായരാണ്. മലയാളത്തിൽ ആദ്യമായി ഒരു ഗ്രന്ഥവിവരവ്യവസ്ഥയുടെ സി ഡി പബ്ലിഷിംഗ് ഇതാണ്. യൂനിക്കോഡ് ഉപയോഗിച്ച് മലയാളത്തിൽ ആദ്യത്തെ ഗ്രന്ഥവിവരവ്യവസ്ഥയും അതിലെ തിരച്ചിലും നിർമ്മിച്ചതും കെ.എച്ച്.ഹുസൈനാണ്. ഇതിനായി രചന യൂനിക്കോഡ് ഫോണ്ട് ഉപയോഗിച്ചു. തിരുവനന്തപുരത്തെ CIRD-യുടെ (Center for Informatics Research and Development) നേതൃത്വത്തിലാണ് തിരുവനന്തപുരം പബ്ലിക് ലൈബ്രറിയിൽ പഴയ അപൂർവ്വഗ്രന്ഥങ്ങളുടെ ഡിജിറ്റൽ ആർക്കൈവിംഗ് നടത്തിയത്. നിത്യ എന്ന ഒരു പ്രോഗ്രാം ഇതിനായി തയ്യാറാക്കി. മലയാളവും ഇംഗ്ലീഷും ഉൾപ്പെടെ തമിഴ്, ഹിന്ദി, ബംഗാളി എന്നീ ഭാഷകളിൽ ഗ്രന്ഥങ്ങളുള്ള ഒരു ലൈബ്രറിയിൽ ഓരോ ഭാഷയ്ക്കും അതത് സ്ക്രിപ്റ്റ് ഉപയോഗിച്ച് ബിബ്ലിയോഗ്രാഫിക് ഡിജിറ്റൽ കാറ്റലോഗ് നിർമ്മിക്കാൻ MCAT (Multi-Lingual Catalogue) എന്ന പ്രോഗ്രാമും ഹുസൈൻ തയ്യാറാക്കിയിട്ടുണ്ട്. യൂനിക്കോഡ്

എൻകോഡിംഗിൽ അധിഷ്ഠിതമാണ് ഇതിലെ ഫോണ്ടുകൾ. കെ.എം. ഗോവി എഡിറ്റുചെയ്ത *മലയാളഗ്രന്ഥസൂചി*യെ അടിസ്ഥാനമാക്കി കേരള സാഹിത്യഅക്കാദമിക്കു വേണ്ടി ഇ.ഹരികുമാറിന്റെ നേതൃത്വത്തിൽ തയ്യാറാക്കിയ കാറ്റലോഗാണ് ഇക്കൂട്ടത്തിൽ പരാമർശിക്കേണ്ട മലയാളത്തിലെ ഏക വിവരവ്യവസ്ഥ.

പാഠ്യപദ്ധതിയും ഭാഷാകമ്പ്യൂട്ടിംഗും

കേരളത്തിൽ കമ്പ്യൂട്ടർ സയൻസ് ഒരു പാഠ്യവിഷയമായി കോളേജുകളിലും സാങ്കേതികപഠനമേഖലയിലും കടന്നെത്തിയിട്ട് കാലമേറെയായെങ്കിലും ഭാഷാകമ്പ്യൂട്ടിംഗ് ഈ പാഠ്യപദ്ധതികളിലൊന്നും പരിഗണിക്കപ്പെട്ടിരുന്നില്ല. ഭാഷാകമ്പ്യൂട്ടിംഗ്, കമ്പ്യൂട്ടേഷനൽ ലിംഗ്വിസ്റ്റിക്സ് എന്നിവ അക്കാദമികമായ ശ്രദ്ധ ലഭിക്കാതെപോയ വിഷയങ്ങളാണ്. ഭാഷാവിഭാഗങ്ങൾ അവ സാങ്കേതികവിദ്യയുടെ ഭാഗമായി കണക്കാക്കുകയും സാങ്കേതികവിദ്യാവിഭാഗം അത് ഭാഷാവിഷയമാണെന്നു കരുതുകയുംചെയ്തു. ഭാഷാഭിമാനത്തിൽ തമിഴന്റെ ആവേശം നമ്മുക്കില്ലാത്തതിനാൽ പരിഗണിക്കപ്പെടാതെ പോയ ഈ പഠനമേഖലയ്ക്കു് പാഠ്യപദ്ധതിയിൽ പ്രവേശനം കിട്ടുന്നത് തമിഴിന്റെ സ്ഥലത്തുതന്നെയാണ്. പോണ്ടിച്ചേരി സർവ്വകലാശാലയിലാണ് 2002-ൽ മലയാളസാഹിത്യബിരുദത്തിന്റെ പാഠ്യപദ്ധതിയിൽ *എൻ ഇൻട്രൊഡക്ഷൻ ടു മലയാളം സോഫ്റ്റ്വെയ്ഴ്സ്* എന്ന കോഴ്സ് ഉൾപ്പെടുത്തിയത്. പ്രൊഫ.വസുന്ധര രാധാകൃഷ്ണന്റെ അദ്ധ്യക്ഷതയിൽ പഠനബോർഡിലെ അംഗമായ ഡോ.മഹേഷ് മംഗലാട്ട് പാഠ്യപദ്ധതി ചിട്ടപ്പെടുത്തി. മലയാളം കമ്പ്യൂട്ടിംഗിന് സർവ്വകലാശാലാതലത്തിൽ ഔദ്യോഗികമായി ലഭിക്കുന്ന ആദ്യത്തെ അംഗീകാരമാണിത്. ഇന്ത്യൻ സർവ്വകലാശാലകളുടെ ചരിത്രത്തിലെ മഹാവിപ്ലവമായാണ് മൈക്രോസോഫ്റ്റിന്റെ ഭാരതീയഭാഷകൾക്കായുള്ള വെബ്ബ്സൈറ്റ് *മൈക്രോസോഫ്റ്റ് ഭാഷ* ഇതിനെ വിശേഷിപ്പിച്ചത്. ഭാഷാകമ്പ്യൂട്ടിംഗിൽ താത്വികവും പ്രായോഗികവുമായ പരിശീലനം നല്കുന്ന കോഴ്സ് ഇപ്പോഴും പോണ്ടിച്ചേരി സർവ്വകലാശാലയുടെ കീഴിലുള്ള മയ്യഴിയിലെ മഹാത്മാഗാന്ധി ഗവൺമെന്റ് കോളേജിൽ നടത്തപ്പെടുന്നുണ്ട്. ISM-GIST, ശ്രീലിപി മുതലായ പുതിയലിപി പായ്ക്കേജുകളോടൊപ്പം രചനയും പഠിക്കാൻ വിദ്യാർത്ഥികൾക്ക് അവസരം ലഭിക്കുന്നു. തനതുലിപി ആസ്പദമാക്കിയുള്ള ഭാഷാസാങ്കേതികതയുടെ പുതിയമുഖം പരിചയപ്പെടുത്തുന്നതോടൊപ്പം യൂനിക്കോഡ് സാങ്കേതികതയും വെബ്ബധിഷ്ഠിതപ്രവർത്തനങ്ങളും

വിദ്യാർത്ഥികൾ പരിശീലിക്കുന്നു. പോണ്ടിച്ചേരി സർവ്വകലാശാലയുടെ മാതൃക പിന്തുടരുവാൻ ഇത്രയും കാലമായിട്ടും കേരളത്തിലെ ഒരു സർവ്വ കലാശാലയ്ക്കും സാധിച്ചിട്ടില്ല. എങ്കിലും, കമ്പ്യൂട്ടേഷനൽ ലിംഗ്വിസ്റ്റിക്സ് കേരള സർവ്വകലാശാല ആസ്ഥാനത്ത് നടത്തപ്പെടുന്ന ലിംഗ്വിസ്റ്റി ക്സിലെ ബിരുദാനന്തരബിരുദ പാഠ്യപദ്ധതിയിലെ ഒരു വിഷയമായി ഉൾക്കൊള്ളിച്ചിട്ടുണ്ട്.

സർക്കാർനയവും സംരംഭങ്ങളും

കേരളത്തിലെ രാഷ്ട്രീയപ്പാർട്ടികൾ, വിശേഷിച്ച് കമ്യൂണിസ്റ്റ് പാർട്ടികളും യുവജനസംഘടനകളും അവരുടെ സർവ്വീസ് സംഘടനകളും തുടക്കത്തിൽ കമ്പ്യൂട്ടറിനെതിരെ അതിശക്തമായ പ്രതിഷേധവും എതിർപ്രചാരണവും നടത്തിയിരുന്നു. നിലവിലുള്ള തൊഴിലവസര ങ്ങൾപോലും ഇല്ലാതാകുന്ന അവസ്ഥയാണ് കമ്പ്യൂട്ടർ പ്രചാരത്തിൽവ ന്നാൽ സംഭവിക്കുകയെന്ന് അവർ വാദിച്ചു. ഇപ്പോൾത്തന്നെ തൊഴിലി ല്ലായ്മയുടെ പ്രശ്നം അനുഭവിക്കുന്ന കേരളത്തിൽ കമ്പ്യൂട്ടർവത്കരണം അനുവദിക്കില്ലെന്ന നിലപാടായിരുന്നു അവർ അനുവർത്തിച്ചത്. എങ്കിലും ലോകവ്യാപകമായ കമ്പ്യൂട്ടർവ്യാപനത്തെ ചെറുക്കാൻ ഇതിന് സാധിക്കുമായിരുന്നില്ല എന്നതിനാൽ പതുക്കെയാണെങ്കിലും കേരളത്തിൽ കമ്പ്യൂട്ടർ ഉപയോഗം പ്രചാരത്തിൽവന്നു. സർവ്വകലാശാ ലകളിലും ഗവേഷണസ്ഥാപനങ്ങളിലും മാത്രമല്ല വാണിജ്യസ്ഥാപന ങ്ങളിലും സർക്കാർ ഓഫീസുകളിലും സ്കൂളുകളിൽപ്പോലും കമ്പ്യൂട്ടർ കടന്നെത്തിക്കഴിഞ്ഞു. കമ്പ്യൂട്ടർ പുതിയ തൊഴിൽമേഖലകൾ തുറക്കുന്നു വെന്നതിനാൽ കമ്പ്യൂട്ടർ പഠനസ്ഥാപനങ്ങൾ ചെറുഗ്രാമങ്ങളിൽക്കൂടി വ്യാപിച്ചുതുടങ്ങി.

ഇതിനിടയിൽ കമ്പ്യൂട്ടറിന്റെയും വിവരസാങ്കേതികവിദ്യയുടെയും മേഖലയിലെ പ്രവർത്തനങ്ങളെക്കുറിച്ച് നയം രൂപീകരിക്കാൻ സർക്കാർ ബാദ്ധ്യസ്ഥമായി. മലയാളഭാഷ കമ്പ്യൂട്ടറിൽ ഉപയോഗി ക്കുന്നതിനെക്കുറിച്ച് സി ഡാക്കിന്റെ ഭാഷാകമ്പ്യൂട്ടിംഗ് സോഫ്റ്റ്വേർ നിർമ്മാണപ്രക്രിയയിൽ ഉപയോക്തൃസമൂഹം എന്നനിലയിൽ സർക്കാർനയം അറിയിക്കേണ്ടിവന്നത് ഇതിന് ഉദാഹരണം. ഇത്തരം സന്ദർഭങ്ങളിൽ സർക്കാർനയം രൂപീകരിക്കാൻ ചുമതല പ്പെടുത്തിയത് കമ്പ്യൂട്ടറുമായോ അതിന്റെ സാങ്കേതികവിദ്യയുമായോ ഒരു പരിചയവും നേടിയിട്ടില്ലാത്ത കേരള ഭാഷാ ഇൻസ്റ്റിറ്റ്യൂട്ടിലെ ഉദ്യോഗസ്ഥരെയാണ്. ഇക്കാരണത്താൽത്തന്നെ സാങ്കേതികമായും

ഭാഷാവിജ്ഞാനീയപരമായും തെറ്റായ വിവരങ്ങൾ സർക്കാർനയം എന്നപേരിൽ അറിയിച്ചിരുന്നതായി അറിയാൻ സാധിച്ചിട്ടുണ്ട്. മലയാളത്തിന്റെ ലിപി പുതിയ ലിപിയാണ് എന്നനയം ഈ ഘട്ടത്തിൽ സർക്കാർനിലപാട് എന്നനിലയിൽ അറിയിച്ചതിനാലാണ് കമ്പ്യൂട്ടറിൽ തുടക്കത്തിൽത്തന്നെ മലയാളത്തിന്റെ തനതുലിപി ഉപയോഗിക്കപ്പെടാതെ പോയത്. മലയാളത്തിൽ ലിപിചിഹ്നങ്ങളുടെ ബാഹുല്യം ഉണ്ടെന്നും ഇത് കമ്പ്യൂട്ടറിൽ മലയാളം ഉപയോഗിക്കുന്നതിന് തടസ്സമായിത്തീരുമെന്നും സർക്കാർനയം രൂപീകരിക്കാൻ നിയോഗിക്കപ്പെട്ട വിദഗ്ധർ അഭിപ്രായപ്പെട്ടിട്ടുണ്ട്. ഈ അഭിപ്രായം സാധൂകരിക്കാൻ ലിപിപരിഷ്കരണം കമ്പ്യൂട്ടറിന് അനുയോജ്യമാക്കാൻ തുടരേണ്ടതുണ്ടെന്നും അവർ വാദിച്ചു. ഌ, ൡകാരത്തിന്റെ ദീർഘം എന്നിങ്ങനെ ആവശ്യമില്ലാത്ത സ്വരാക്ഷരങ്ങൾ അക്ഷരമാലയിലുണ്ടെന്നും അവ നീക്കം ചെയ്യേണ്ടതാണെന്നും അവർ പുതിയ പരിഷ്കരണനിർദ്ദേശത്തിൽ വാദിച്ചു. രേഫം ചേരുന്ന രൂപങ്ങൾ ആവശ്യമില്ലെന്നും ചന്ദ്രക്കലയും 'ര'യും ചേർത്ത് എഴുതിയാൽ മതിയെന്നും അവർ നിർദ്ദേശിക്കുകയുണ്ടായി. പക്ഷെ, ഈ നിർദ്ദേശങ്ങൾ പ്രയോഗത്തിൽ വരുത്തുവാൻ അവർക്ക് സാധിച്ചിട്ടില്ല.

സെന്റർ ഫോർ ഡവലപിംഗ് ഇമേജിംഗ് ടെക്നോളജി (സി ഡിറ്റ്) എന്ന സ്ഥാപനം കമ്പ്യൂട്ടറുമായി ബന്ധപ്പെട്ട ആവശ്യങ്ങൾക്കായി സർക്കാർ സ്ഥാപിച്ചതാണ്. ഭാഷാ കമ്പ്യൂട്ടിംഗ് ഈ സ്ഥാപനത്തിന്റെ പരിഗണനാവിഷയമല്ല എന്ന് പേരിൽ നിന്ന് മനസ്സിലാക്കാവുന്നതാണ്. സംസ്ഥാന ഐ.ടി.മിഷനാണ് കമ്പ്യൂട്ടർ ഉപയോഗവുമായി ബന്ധപ്പെട്ട പ്രവർത്തനങ്ങളുടെ വ്യാപനത്തിന്റെ ചുമതലയ്ക്കായി സർക്കാർ സ്ഥാപിച്ചത്. സി ഡിറ്റ്, ഐ.ടി മിഷൻ എന്നിവയുടെ പ്രവർത്തനം ഇക്കാലമത്രയും നടന്നിട്ടും സർക്കാരിന്റെ ഔദ്യോഗിക വെബ്സൈറ്റ് ഈ ലേഖനം തയ്യാറാക്കുന്ന സമയത്തും മലയാളത്തിലായിട്ടില്ല.

യൂനിക്കോഡും മലയാളവും

മലയാളഭാഷാസാങ്കേതികതയുടെ വർത്തമാനഘട്ടം യൂനിക്കോഡ് എൻകോഡിംഗിന്റേതാണ്. ആസ്കി കാലഘട്ടത്തിൽ ഭാഷാകമ്പ്യൂട്ടിംഗിൽ നാം നേരിട്ട എല്ലാ വൈഷമ്യങ്ങളും പോരായ്മകളും യൂനിക്കോഡ് കാലഘട്ടത്തിൽ ഇല്ലാതാകും. പ്രത്യേകിച്ച് പഴയ/പുതിയ ലിപി എന്ന വേർതിരിവ്. 2003-ൽ മൈക്രോസോഫ്റ്റ് വിൻഡോസ് എക്സ് പി സർവ്വീസ് പായ്ക്ക് 2-ലാണ് മലയാളം എംബെഡ് ചെയ്യുന്നത്.

അതോടെയാണ് വ്യാപകമായി യൂനിക്കോഡ് മലയാളം ഉപയോഗിച്ച തുടങ്ങുന്നത്. ഇതിനായി മലയാളത്തിൽ യൂനിക്കോഡ് എൻകോഡിംഗ് അനുവർത്തിക്കുന്ന മലയാളം ഫോണ്ടുകൾ വേണമായിരുന്നു. തിരുവനന്തപുരത്തെ സൂപ്പർസോഫ്റ്റിലെ അജയ്‌ലാലാണ് തനതുലിപിയുടെ ആദ്യത്തെ യൂനിക്കോഡ് ഫോണ്ട് ഉണ്ടാക്കുന്നത്. ഗ്നു ജിപി എൽ-ൽ പ്രചരിച്ചിരുന്ന രചനയുടെ ഗ്ലിഫുകൾ ഉപയോഗിച്ചാണ് അദ്ദേഹം 2003-ൽ തുലിക ട്രഡീഷനൽ യൂനിക്കോഡ് പുറത്തിറക്കിയത്. അബൂദാബിയിൽ ഒരു സ്വകാര്യകമ്പനിയിൽ ജോലിചെയ്യുകയായിരുന്ന കെവിൻ സൂര്യ 2004-ൽ അഞ്ജലി എന്ന ഫോണ്ട് പുറത്തിറക്കി. ഇതും രചനയുടെ ഗ്ലിഫുകളെ അടിസ്ഥാനമാക്കിയുള്ളതായിരുന്നു. സാൻസ് സെരിഫ് ഗണത്തിൽപ്പെട്ട ഈ ഫോണ്ട് രചനയിൽനിന്ന് വ്യത്യസ്തമായി വെർട്ടിക്കൽ കഞ്ജക്ടുകളെ ഘടകങ്ങളാക്കി ഡിസൈൻ ചെയ്ത് കൂട്ടിച്ചേർക്കുന്നരീതി പ്രയോഗിച്ചു[2]. തനതുലിപിയിൽ രണ്ടാമത് ഇറങ്ങിയ യൂനിക്കോഡ് ഫോണ്ടാണത്. 2005-ൽ രചന യൂനിക്കോഡ് ഫോണ്ട് ഗ്നു (GNU) ജി പി എൽ-ൽ പുറത്തിറങ്ങി. കെ.എച്ച്.ഹുസ്സൈനോടൊപ്പം ഇത് ഡിസൈൻ ചെയ്യുന്നതിൽ സ്വതന്ത്രമലയാളം കമ്പ്യൂട്ടിംഗിലെ പ്രോഗ്രാമർമാരും പങ്കാളികളായിരുന്നു. മലയാളത്തിലെ ആദ്യത്തെ യൂനിക്കോഡ് വെബ്ബ് പോർട്ടലായ ചിന്ത.കോം രചന ഫോണ്ടാണ് ഉപയോഗിക്കുന്നത്. കവി പി.പി.രാമചന്ദ്രന്റെ ഹരിതകം എന്ന കവിതാവെബ്സൈറ്റും രചന ഫോണ്ടാണ് ഇപ്പോൾ ഉപയോഗിക്കുന്നത്. ആസ്കിയിൽ ഹുസ്സൈൻ ഡിസൈൻ ചെയ്ത ഹരിത ഫോണ്ടിലാണ് ഹരിതകം തുടക്കത്തിൽ പ്രസിദ്ധീകരിച്ചിരുന്നത്. മലയാളത്തിലെ പുതിയ ലിപിയിൽ ഏറ്റവും കൂടുതൽ കൂട്ടക്ഷരങ്ങളുള്ള ആസ്കി വെബ്ഫോണ്ടാണ് ഹരിത. 2007-ൽ ഹുസ്സൈനും സുരേഷ്.പി.(സുറുമ) യും ചേർന്ന് മീര യൂനിക്കോഡ് ഫോണ്ട് ഗ്നു ജിപി എൽ-ൽ പുറത്തിറക്കി. കമ്പ്യൂട്ടർസ്ക്രീനിൽ കൂടുതൽ തെളിമയുള്ള തനതുലിപി ഫോണ്ടാണ് മീര. മാതൃഭൂമി, മംഗളം എന്നീ പത്രങ്ങളുടെ ഓൺലൈൻ എഡിഷനുകൾ ഈ ഫോണ്ടാണ് ഉപയോഗിക്കുന്നത്.

ബ്ലോഗർ, വേഡ്പ്രസ്സ് എന്നീ ബ്ലോഗ്സേവനദാതാക്കൾ യു.ടി.

2 മലയാളത്തിൽ കൂട്ടക്ഷരങ്ങൾ, വ്യഞ്ജനങ്ങളുടെ ഇരട്ടിപ്പുകൾ എന്നിവ എഴുതുന്നതിന് തിരശ്ചീനവും ലംബവുമായ രീതികൾ അവലംബിക്കുന്നുണ്ടല്ലോ. ഇതിൽ ലംബമായ രീതിയിൽ എഴുതുന്ന കൂട്ടക്ഷരങ്ങളെയും ഇരട്ടിപ്പുകളെയുമാണ് വെർട്ടിക്കൽ കഞ്ജക്ടുകൾ എന്നു വിളിക്കുന്നത്. രചനയിൽ ഇവയോരോന്നും ഒറ്റ ചിഹ്നമായാണ് രൂപകല്പനചെയ്തത്. എന്നാൽ അഞ്ജലിയിൽ ഇവയെ വ്യത്യസ്ത ഘടകങ്ങൾ ചേർന്ന് രൂപപ്പെടുന്ന വിധത്തിലാണ് സംവിധാനം ചെയ്തിരിക്കുന്നത്.

എഫ് 8 എൻകോഡിംഗ് പിന്തുണ നല്കുന്നതോടെ മലയാളത്തിൽ ബ്ലോഗുകൾ എഴുതുവാനും പ്രസിദ്ധീകരിക്കാനും സാധിക്കുന്ന അവസ്ഥ നിലവിൽവന്നു. സ്വന്തം താല്പര്യങ്ങൾക്കും അഭിരുചിക്കും ഇണങ്ങുന്ന രീതിയിൽ മലയാളത്തിൽ എഴുതാനും പ്രസിദ്ധീകരിക്കാനും സാധിക്കുന്ന സാഹചര്യമാണ് കമ്പ്യൂട്ടറിലെ മലയാളത്തിന്റെ ഉപയോഗം വർദ്ധിപ്പിച്ചത്. ഡി ടി പി ആവശ്യത്തിനല്ലാതെ മലയാളം ഉപയോഗിക്കുന്ന ഉപയോക്തൃസമൂഹത്തിന്റെ ആവിർഭാവമാണ് ഇതിന്റെ ഫലമായി ഉണ്ടായത്. ലോകവ്യാപകമായുള്ള ഈ ഉപയോക്തൃസമൂഹം അനുദിനം വികസിച്ചുകൊണ്ടിരിക്കയാണ്. മലയാളം പത്രങ്ങളും യൂനിക്കോഡ് എൻകോഡിംഗിലേക്കു മാറിക്കഴിഞ്ഞു. വിക്കിപീഡിയ എന്ന സ്വതന്ത്രവിജ്ഞാനകോശത്തിന്റെ മലയാളംപതിപ്പ് വെബ്ബിൽ ഉപയോക്തൃസമൂഹം രൂപപ്പെടുത്തിക്കൊണ്ടിരിക്കുന്നു. പദമുദ്ര എന്ന പേരിൽ സമഗ്രമായ ഒരു നിഘണ്ടുവും ഇതുപോലെ ഉപയോക്തൃസമൂഹം സന്നദ്ധസേവനത്തിലൂടെ നിർമ്മിക്കുകയാണ്. ഗൾഫിൽ ജോലിചെയ്യുന്ന നിഷാദ് കൈപ്പള്ളിയാണ് നിഘണ്ടുപദ്ധതിയുടെ മുഖ്യസംരംഭകൻ. ഭാഷാതല്പരരായ വ്യക്തികളുടെ മുൻകയ്യിൽ നടക്കുന്ന ഇത്തരം പ്രവർത്തനങ്ങളാണ് യൂനിക്കോഡ് കാലഘട്ടത്തിലെ മലയാളത്തിന്റെ സജീവത നിലനിറുത്തുന്നത്. ഇക്കൂട്ടത്തിൽ എടുത്തുപറയേണ്ടത് സ്വതന്ത്രമലയാളം കമ്പ്യൂട്ടിംഗ് എന്ന സംഘത്തിന്റെ പ്രവർത്തനങ്ങളാണ്. ഉറവ അടച്ച് പുറത്തിറക്കപ്പെടുന്ന കുത്തകസോഫ്റ്റ്വേറുകൾ ഉപയോക്താവിന്റെ സ്വാതന്ത്ര്യത്തെ നിഹനിക്കുന്നുവെന്നതിനാൽ അതിനെതിരെ നിലയുറപ്പിച്ചവർ സംഘംചേർന്ന് ലോകമെമ്പാടും പ്രവർത്തിക്കുന്നുണ്ട്. ഭാഷാകമ്പ്യൂട്ടിംഗിന്റെ മേഖലയിൽ കേരളത്തിൽ പ്രവർത്തിക്കുന്നത് സ്വതന്ത്രമലയാളം കമ്പ്യൂട്ടിംഗ് എന്ന സംഘമാണ്. സന്തോഷ് തോട്ടിങ്ങൽ, പ്രവീൺ അരിമ്പ്രത്തൊടിയിൽ, പി.സുരേഷ്, അനിവർ അരവിന്ദ്, ആഷിക്ക് സലാഹുദ്ദീൻ എന്നിങ്ങനെ ഈ സംഘത്തിലെ ഒരോ അംഗവും നല്കുന്ന സേവനങ്ങൾ പ്രത്യേകമായി എടുത്തുപറയേണ്ടതാണ്.

യൂനിക്കോഡ് കാലഘട്ടത്തിൽ ഭാഷാകമ്പ്യൂട്ടിംഗ് മേഖലയിലുണ്ടായ ചില്ല് എൻകോഡിംഗ് വിവാദവും എടുത്തുപറയേണ്ടതാണ്. പ്രസ്തുതവിഷയം വേറിട്ട് പ്രതിപാദിച്ചിട്ടുണ്ട് എന്നതിനാൽ അതിന്റെ പരിണാമം എന്തെന്നു മാത്രം ഇവിടെ സൂചിപ്പിക്കാം. ചില്ലുകൾ അടിസ്ഥാനാക്ഷരമായി എൻകോഡ് ചെയ്യാൻ യൂനിക്കോഡ് കൺസോർഷ്യം തീരുമാനിച്ചു. എങ്കിലും ഒരു ഓപ്പറേറ്റിംഗ് സിസ്റ്റവും ഇതുവരെ ആണവചില്ല്

എന്നു വിളിക്കപ്പെടുന്ന പുത്തൻചില്ലിന് പിന്തുണ നല്കുന്നില്ല. വരമൊഴിപോലെ ചില പ്രോഗ്രാമുകൾ ആണവചില്ലുകൾ പ്രയോഗത്തിൽ വരുത്തിയിട്ടുണ്ട്. അതോടെ ചില്ലക്ഷരം രണ്ടു രീതിയിൽ ടൈപ്പുചെയ്യാവുന്ന അവസ്ഥ നിലവിൽവന്നിരിക്കുന്നു. ഇൻഫർമേഷൻ സുരക്ഷയുടെ കാര്യത്തിൽ ഗുരുതരമായ പ്രത്യാഘാതം ഉണ്ടാക്കുന്നതാണ് ഡ്യുവൽ എൻകോഡിംഗ് എന്ന ഈ പ്രശ്നം. യൂനിക്കോഡ് പോളിസിയുടെ ഭാഗമായി പഴയ ഇൻപുട്ട് രീതി സംരക്ഷിക്കപ്പെടുകയും ചെയ്യും. വിവേകശാലികളും കാര്യവിവരമുള്ളവരും നല്കിയ മുന്നറിയിപ്പിനെ അവഗണിച്ച് നടത്തിയ പ്രവർത്തനങ്ങൾ ഉപയോക്തൃസമൂഹത്തിന് മൊത്തത്തിൽ ദോഷകരമായ അവസ്ഥ സൃഷ്ടിച്ചിരിക്കയാണ്. അവർ യൂനിക്കോഡ് 5.1 സ്റ്റാൻഡേർഡിനുപകരം നേരെത്തെയുണ്ടായിരുന്ന യൂനിക്കോഡ് 5 സ്റ്റാൻഡേർഡിൽ തന്നെ നിലയുറപ്പിക്കുകയാണ്.

ടി.വി.സുനീത എഡിറ്റ് ചെയ്ത
സൈബർമലയാളം (2009) എന്ന പുസ്തകത്തിലെ ലേഖനം

ഭാഷയും സാങ്കേതികവിദ്യയും

ഭാഷയും സാങ്കേതികവിദ്യയും പരസ്പരബന്ധമില്ലാത്ത രണ്ടു സംവർഗ്ഗങ്ങളാണ് എന്ന ധാരണ അടുത്തകാലം വരെ കേരളീയസമൂഹത്തിൽ വളരെ ശക്തമായി നിലനിന്നിരുന്നു. കമ്പ്യൂട്ടറിൽ ഇന്ത്യൻഭാഷകൾ ഉപയോഗിക്കാനായി കേന്ദ്രസർക്കാർ ഉടമസ്ഥതയിലുള്ള സി-ഡാക് എന്ന സ്ഥാപനം തയ്യാറാക്കിയ സോഫ്റ്റ്‌വേറുകൾ ലാംഗ്വിജ് ടെക്നോളജി പ്രോഡക്ടുകൾ എന്നപേരിൽ വിപണിയിലെത്തിയ കാലത്തും മേല്പറഞ്ഞ ധാരണ നമ്മുടെ സമൂഹത്തിൽ വളരെ വ്യാപകമായി നിലനിന്നു. പണിയെത്തിക്കു കൈകളിലാദ്യം, എന്നിട്ടാവാം കമ്പ്യൂട്ടർ എന്ന മുദ്രാവാക്യം യുവജന-വിദ്യാർത്ഥിസംഘടനകൾ ആഘോഷമായി വിളിച്ചുനടന്ന നാടാണ് നമ്മുടേത്. പ്രബുദ്ധതയുടെ നേരവകാശികളായ നമ്മുടെ നാട്ടിലെ രാഷ്ട്രീയക്കാർ വളരെ അപകടകാരിയായാണ് കമ്പ്യൂട്ടറിനെ കണ്ടത്. ഇക്കാരണത്താൽ ലാംഗ്വിജ് ടെക്നോളജി പ്രോഡക്ടുകൾ വളരെ പതുക്കെ മാത്രമേ നമ്മുടെ നാട്ടിൽ പ്രചരിച്ചുള്ളൂ. അതിനാൽ വൈകിമാത്രം നമ്മുടെ പരിഗണനയിൽവന്ന വിഷയമാണ് ഭാഷാസാങ്കേതികത അഥവാ ലാംഗ്വിജ് ടെക്നോളജി. കംപ്യൂട്ടറിൽ ഭാഷ ഉപയോഗിക്കുന്നതിന്റെ സാങ്കേതികവിദ്യ എന്ന പരിമിതാർത്ഥത്തിലാണ് വിപുലമായ അർത്ഥപരിധി കല്പിക്കാവുന്ന ഈ സംജ്ഞ ഇന്നു പ്രചാരത്തിലുള്ളത്. അതിനാൽ കംപ്യൂട്ടറിന്റേതല്ലാത്ത സാങ്കേതികവിദ്യയും ഭാഷയും തമ്മിലുള്ള ബന്ധം നമ്മുടെ ഗൗരവപൂർണ്ണമായ ആലോചനയ്ക്ക് വിഷയീഭവിച്ചിട്ടില്ല.

സാങ്കേതികവിദ്യാനിരപേക്ഷമായ അസ്തിത്വമാണോ ഭാഷയുടേത്, ഭാഷയുടെ വികാസപരിണാമങ്ങളിൽ സാങ്കേതികവിദ്യ വഹിച്ച പങ്ക് എന്ത്, ഭാഷയുടെ ധർമ്മങ്ങൾ നിർവ്വഹിക്കുന്നതിന് സാങ്കേതികവിദ്യ ഏതൊക്കെ തരത്തിലുള്ള പിന്തുണയാണ് നല്കുന്നത് എന്നിങ്ങനെ നിരവധിവിഷയങ്ങൾ ഭാഷയും സാങ്കേതികവിദ്യയും തമ്മിലുള്ള ബന്ധത്തെക്കുറിച്ചുള്ള ആലോചനയുടെ ഭാഗമാവേണ്ടതാണ്.

വാമൊഴിയെന്നും വരമൊഴിയെന്നും ഭാഷയ്ക്ക് രണ്ടു രൂപങ്ങൾ എന്ന് ചെറിയ ക്ലാസ്സുകളിൽത്തന്നെ നാം പഠിക്കുന്നു. എഴുതിയുണ്ടാക്കുന്ന ഭാഷയുടെ രൂപമാണ് വരമൊഴി. എഴുത്ത് പിന്നീട് അച്ചടിക്കും ടൈപ്പ്റൈറ്റിങ്ങിനും അവസരമൊരുക്കി. എഴുതുവാൻ ഉപയോഗിക്കുന്ന തലം, എഴുത്തുപകരണം എന്നിവയുടെ നിർമ്മിതിയുടെ സാങ്കേതികവിദ്യ ഭാഷയുടെ സ്വരൂപത്തെ നിർണ്ണയിച്ചവയാണ്. കല്ലുളി ഉപയോഗിച്ച് ശിലാതലത്തിൽ എഴുതുന്നത് കടലാസ്സിൽ പേന ഉപയോഗിച്ച് എഴുതുന്നതുപോലെ അനായാസമായ പ്രവർത്തനമല്ല. മാത്രമല്ല, പേനയോ മറ്റ് ഉപകരണങ്ങളോ ഉപയോഗിച്ച് എഴുതിയോ വരഞ്ഞോ ഉണ്ടാക്കുന്ന രൂപങ്ങളുടെ സൂക്ഷ്മതയും വൈശദ്യവും ശിലാതലത്തിലെ എഴുത്തിൽ സാദ്ധ്യമായിരുന്നുമില്ല. അത്രത്തോളം അസംസ്കൃതമായ ഉപകരണങ്ങൾ ഉപയോഗിച്ചാണ് പ്രാചീനർ ശിലാലിഖിതങ്ങൾ എഴുതിയിരുന്നതെന്ന് നമുക്കറിയാം. താളിയോലയിൽ നാരായം ഉപയോഗിച്ച് എഴുതുന്ന ഘട്ടം ആകുമ്പോഴേക്കും എഴുത്തിന്റെ സാങ്കേതികവിദ്യ വളരെ പുരോഗമിച്ചുകഴിഞ്ഞിരുന്നു. മലയാളത്തിലെ അക്ഷരങ്ങൾക്ക് നാം ഇന്നുകാണുന്ന വൃത്തം അടിസ്ഥാനമായുള്ള രൂപഘടന ഈ ഘട്ടമായപ്പോൾത്തന്നെ കൈവന്നതായികാണാം.

മലയാളം അച്ചടി ആരംഭിക്കുമ്പോൾ രണ്ടുതരം സാങ്കേതികവിദ്യകൾ ഉപയോഗിച്ചിരുന്നതായി അറിയാം. *സംക്ഷേപവേദാർത്ഥം* അച്ചടിക്കാൻ അവലംബിച്ച സാങ്കേതികവിദ്യയല്ല ഹെർമൻ ഗുണ്ടർട്ട് ഉപയോഗിച്ചിരുന്നത്. *രാജ്യസമാചാരവും പശ്ചിമോദയ*വും കൈയെഴുത്തിന്റെ രൂപം കല്ലിൽ പകർത്തി അച്ചടിക്കുന്ന ലിത്തോഗ്രാഫ് സാങ്കേതികവിദ്യയാണ് ഉപയോഗിച്ചത്. എന്നാൽ റോമിൽ അച്ചടിച്ച *സംക്ഷേപവേദാർത്ഥം* ചതുരരൂപത്തിലുള്ള അക്ഷരരൂപങ്ങൾ ഉപയോഗിച്ചാണ് തയ്യാറാക്കപ്പെട്ടത്. അച്ചടിയുടെ സാങ്കേതികവിദ്യ മലയാളത്തിന്റെ കാര്യത്തിൽ വ്യവസ്ഥപ്പെടുത്തുന്നതിൽ മിഷനറിയായ ബെഞ്ചമിൻ ബെയിലി ചെയ്ത സേവനങ്ങൾ ഇന്ന് പരക്കെ അംഗീകരിക്കപ്പെട്ടിട്ടുണ്ട്. ബൈബിളിന്റെയും മതബോധനത്തിനായുള്ള പുസ്തകങ്ങളുടെയും

പാഠപുസ്തകങ്ങളുടെയും അച്ചടിക്കായി മൂവബിൾ ടൈപ്പുകൾ എന്നറിയപ്പെടുന്ന അച്ചുകൾ രൂപകല്പന ചെയ്ത് മദിരാശിയിലെ ടൈപ്പ് ഫൌണ്ടറിയിൽനിന്നു നിർമ്മിച്ചെടുത്താണ് അദ്ദേഹം മലയാളം അച്ചടിച്ചത്. ഗുണ്ടർട്ട് ഉപയോഗിച്ച ലിത്തോഗ്രാഫ് സാങ്കേതികവിദ്യയിൽനിന്നും റോമിൽ ഉപയോഗിച്ച ലാറ്റിൻ-റോമൻ അക്ഷരമാതൃകകളിൽനിന്നും വ്യത്യസ്തമായി മലയാളം എഴുത്തിന്റെ സ്വത്വം പ്രകടമാക്കുന്ന അക്ഷരരൂപങ്ങൾ ബെയിലിയുടെ മേൽനോട്ടത്തിൽ രൂപപ്പെടുത്തിയെടുത്തു. മാത്രമല്ല, മലയാളം ഉച്ചാരണങ്ങൾക്കെല്ലാം ലിപിരൂപങ്ങൾ ഉണ്ടാക്കിയെടുക്കുക എന്ന ഈ പ്രവർത്തനത്തിൽ അദ്ദേഹം നേരിട്ട വലിയ മറ്റൊരു വെല്ലുവിളിയുണ്ട്. ബൈബിളിലെ പല പേരുകളുടെയും വൈദേശികോച്ചാരണം മലയാളത്തിൽ ഇല്ലാത്തതാണ്. അതിനാൽ അവയ്ക്കും അദ്ദേഹം ലിപിരൂപങ്ങൾ ഉണ്ടാക്കിയെടുത്തു. ഉദാഹരണമായി ഇസ്ഹാക്ക് എന്ന പേര് എഴുതാനായി സയുടെ കീഴിൽ ഹ എന്ന അക്ഷരം വരുന്ന ഒരു കൂട്ടക്ഷരരൂപം മലയാളം എഴുത്തിന്റെ യുക്തി അടിസ്ഥാനമാക്കി അദ്ദേഹം ഉണ്ടാക്കിയെടുത്തു. ഈ പ്രക്രിയയിൽ തൊള്ളായിരത്തോളം ലിപിചിഹ്നങ്ങളാണ് ബെയിലിയും മിഷനറിമാരും ഉണ്ടാക്കിയെടുത്തത് എന്ന് രചന എന്ന മലയാളത്തിന്റെ സമഗ്രലിപിസഞ്ചയത്തിന്റെ നിർമ്മാണവേളയിൽ അതിനു നേതൃത്വം നല്കിയ ഭാഷാശാസ്ത്രഗവേഷകനും ലെക്സിക്കോഗ്രാഫറുമായ ആർ. ചിത്രജകുമാർ കണ്ടെത്തിയിട്ടുണ്ട്. ബെയിലി മദിരാശിയിലെ ടൈപ്പ് ഫൌണ്ടറിയിൽ ഇരുന്നു നിർവ്വഹിച്ച ജോലി കമ്പ്യൂട്ടറിൽ ടൈപ്പോഗ്രഫിയായി നിർവ്വഹിച്ചത്, പീച്ചിയിലെ വനഗവേഷണകേന്ദ്രത്തിലെ ഇൻഫർമേഷൻ സയൻസ് വിഭാഗത്തിൽ ജോലിചെയ്തിരുന്ന ലൈബ്രേറിയനായ കെ. എച്ച്. ഹുസൈനാണ്.

കല്ലുളികൊണ്ട് ശിലാതലത്തിലും ലോഹത്തകിടുകളിലും മുനകൂർത്ത ഉപകരണങ്ങൾ ഉപയോഗിച്ചും താളിയോലയിൽ നാരായംകൊണ്ടും എഴുതിവന്നിരുന്ന നമ്മുടെ ഭാഷ നൂറ്റാണ്ടുകളിലൂടെ നടന്നുതീർത്ത ദൂരം ബെഞ്ചമിൻ ബെയിലിയുടെ കാലത്തുനിന്നു നമ്മുടെ കാലത്തിലേക്കു സഞ്ചരിച്ചെത്തുന്നത് സാങ്കേതികവിദ്യയുടെ സഹായത്തോടെയാണ്. 1846-ലാണ് ബെയിലി മലയാളം-ഇംഗ്ലീഷ് നിഘണ്ടു പ്രസിദ്ധീകരിക്കുന്നത്. 1849-ൽ ഇംഗ്ലീഷ്-മലയാളം നിഘണ്ടുവും പ്രസിദ്ധീകരിച്ചു. മലയാളം നിഘണ്ടുവിന്റെ പ്രസാധനവർഷമായ 1846 മലയാളം അച്ചടിയുടെ സാങ്കേതികവിദ്യയ്ക്ക് ബെയിലി അടിത്തറപാകിയ വർഷമായി കണക്കാക്കാം. പത്തൊൻപതാം നൂറ്റാണ്ടിന്റെ പകുതിയിൽനിന്ന്

ഇരുപത്തിയൊന്നാം നൂറ്റാണ്ടിലേക്കുള്ള ഭാഷയുടെ പരിണാമചരിത്ര ത്തിൽ സാങ്കേതികവിദ്യ വഹിച്ച പങ്കു നിർണ്ണായകമാണ്. മിഷനറിമാരെ പിന്തുടർന്നു കടന്നുവന്ന, അച്ചടിയുടെയും പത്രപ്രസാധനത്തിന്റെയും പുസ്തകനിർമ്മാണത്തിന്റെയും മേഖലയിൽ പ്രവർത്തിച്ച നിരവധി പ്രതി ഭാശാലികളുടെ സംഭാവനകളിലൂടെ വളരുകയും മാനകീകരിക്കപ്പെടുക യും ചെയ്ത മലയാളഭാഷ മറ്റൊരുഘട്ടത്തിലേക്കു കടക്കുന്നത് 1968-ൽ കേരളസർക്കാർ ലിപിപരിഷ്കരണം നടപ്പിലാക്കുന്നതോടെയാണ്. അതാവട്ടെ ഒരു സാങ്കേതികവിദ്യയ്ക്കു പാകത്തിൽ ഭാഷയെ പാകപ്പെ ടുത്തുന്നതിനായി നടപ്പിൽവരുത്തിയ പരിഷ്കരണമാണ്.

മലയാളലിപി പരിഷ്കരിക്കേണ്ടതാണ് എന്ന തീരുമാനത്തിൽ സർക്കാർ ചെന്നെത്തുകയും അതിനായി നിർദ്ദേശങ്ങൾ സമർപ്പിക്കു വാനായി വിദഗ്ധസമിതിയെ നിയോഗിക്കുകയും ചെയ്യുന്നത് മലയാ ളലിപിക്ക് പരിഷ്കരിക്കപ്പെടേണ്ട പ്രശ്നങ്ങൾ ഉണ്ടായിരുന്നതിനാൽ ആയിരുന്നില്ല; മറിച്ച് തികച്ചും സാങ്കേതികവിദ്യാപരമായ കാരണങ്ങ ളാൽ ആയിരുന്നു. ഓഫീസുകളിൽ ഔദ്യോഗികഭാഷയായി മലയാളം ഉപയോഗിക്കുമ്പോൾ ഇംഗ്ലീഷിൽ ചെയ്യുന്നതുപോലെ കത്തുകളും മറ്റുരേഖകളും ടൈപ്പ് ചെയ്യുകയും പകർപ്പുകൾ ഉണ്ടാക്കുകയും വേണം. 26 അക്ഷരങ്ങൾ മാത്രമുള്ള ഇംഗ്ലീഷ് ടൈപ്പ് ചെയ്യാനായി രൂപകല്പന ചെയ്യപ്പെട്ട ടൈപ്പ് റൈറ്റിങ് മെഷീനിൽ മലയാളത്തി ന്റെ അതിവിപുലമായ അക്ഷരസഞ്ചയത്തെ എങ്ങനെ കൈകാര്യം ചെയ്യാമെന്നതായിരുന്നു അന്നു നേരിട്ട പ്രശ്നം. ഇത് നിസ്സാരമായ പ്ര ശ്നമല്ല. സ്വരങ്ങളോടു ചേർന്നുള്ള വ്യഞ്ജനരൂപങ്ങൾ, വ്യഞ്ജനത്തിന്റെ ഇരട്ടിപ്പുകൾ, കൂട്ടക്ഷരങ്ങൾ, സ്വരങ്ങളോടു ചേർന്നുള്ള കൂട്ടക്ഷരങ്ങൾ എന്നിവയെല്ലാം ചേർന്ന് ടൈപ്പ് റൈറ്റിങ് മെഷീനിന്റെ കീബോഡിന് കൈകാര്യം ചെയ്യാനാവാത്ത സങ്കീർണ്ണമായ അക്ഷരസഞ്ചയമാണ് മലയാളത്തിനുള്ളത്. മാത്രമല്ല, ഇംഗ്ലീഷ് എഴുതുന്നതുപോലെ നേർ രേഖീയമായ എഴുത്തുരീതിയല്ല മലയാളത്തിന്റേത്. വ്യഞ്ജനത്തിന്റെ രണ്ടുവശത്തും വരുന്ന സ്വരചിഹ്നങ്ങൾ, ഇരട്ടിപ്പ് എഴുതുന്ന പലതരം രീതികൾ, അട്ടിയട്ടിയായിവരുന്ന അക്ഷരങ്ങൾ എന്നിങ്ങനെ എളുപ്പത്തിൽ കൈകാര്യംചെയ്യാനാവാത്ത പ്രശ്നത്തിന് പരിഹാരം കാണുകയാണ് ശൂരനാട്ട് കുഞ്ഞൻപിള്ളയുടെ നേതൃത്വത്തിലുള്ള ഭാഷാപരിഷ്കരണത്തിനായുള്ള കമ്മിറ്റി ചെയ്തത്. 1967-ലായിരുന്നു ടൈപ്പ് റൈറ്ററിൽ മലയാളം അക്ഷരങ്ങൾ കൈകാര്യം ചെയ്യാനായുള്ള നിർദ്ദേശങ്ങൾ സമർപ്പിക്കുവാൻ കമ്മിറ്റിയെ നിയോഗിച്ചത്. അതിനാൽ

ടൈപ്പുചെയ്യാനുള്ള മലയാളം എങ്ങനെയായിരിക്കണമെന്നാണ് ഈ കമ്മിറ്റി നിർദ്ദേശിച്ചത്. ടൈപ്പ് ചെയ്യുക എന്ന അർത്ഥത്തിൽ അച്ചടി എന്ന വാക്കാണ് അവർ റിപ്പോർട്ടിൽ ഉപയോഗിക്കുന്നത്. ലിപിചിഹ്നങ്ങളുടെ എണ്ണം കുറയ്ക്കുക എന്നതാണ് ഇംഗ്ലീഷ് ടൈപ്പ് റൈറ്റിങ് മെഷീനിൽ മലയാളം അക്ഷരങ്ങൾ ഉപയോഗിക്കാനുള്ള ഒരു പോംവഴിയായി കമ്മിറ്റി കണ്ടെത്തിയത്. അതിനാൽ ആയിരത്തോളം വരുന്ന മലയാളത്തിലെ ലിപിചിഹ്നങ്ങളിൽ എഴുപത്തഞ്ച് ശതമാനം കുറവുവരുത്തുവാനുള്ള നിർദ്ദേശമാണ് നല്കിയത്. അതോടെ 250-നടുത്ത് അക്ഷരരൂപങ്ങൾ ഉപയോഗിച്ച് എഴുതാവുന്ന ഭാഷാരൂപം ഉണ്ടാവുകയും ചെയ്യും. ഈ നിർദ്ദേശങ്ങളും തുടർന്നു നിയമിക്കപ്പെട്ട മറ്റൊരു കമ്മിറ്റിയുടെ ശുപാർശകളും ഉൾക്കൊള്ളിച്ച് 1971 മാർച്ച് 23ന് സർക്കാർ ഉത്തരവ് പുറപ്പെടുവിക്കുകയും 1971 ഏപ്രിൽ 15-ന് പുതിയ ലിപി നിലവിൽവരുകയും ചെയ്തു. അതോടെ പുതിയലിപി, പഴയലിപി എന്നിങ്ങനെ രണ്ടു ലിപി സമ്പ്രദായങ്ങളുള്ള ഭാഷയായി മലയാളം മാറി.

ലിപിപരിഷ്കരണനിർദ്ദേശങ്ങളിൽ അനുവർത്തിച്ച രീതിശാസ്ത്രം പിരിച്ചെഴുതലിന്റേതായിരുന്നു. സ്വരവ്യഞ്ജനങ്ങൾ ചേർന്ന രൂപങ്ങൾ, കൂട്ടക്ഷരങ്ങൾ, വ്യഞ്ജനങ്ങളുടെ ഇരട്ടിപ്പുകൾ എന്നിവയെല്ലാം പരിച്ചെഴുതുക. അപ്പോൾ അടിസ്ഥാനാക്ഷരങ്ങൾ ഉപയോഗിച്ച് എഴുതാവുന്ന അവസ്ഥയാവും. ഉകാരം രേഫം ൃ എന്നിവയ്ക്ക് പ്രത്യേകചിഹ്നം ഉണ്ടായാൽ അവ ചേർന്ന സ്വരവ്യഞ്ജനസംയുക്തങ്ങളും പിരിച്ചെഴുതാനാകും. ഇക്കാര്യത്തിൽ തമിഴിന്റെ മാതൃകയാവും ലിപിപരിഷ്കരണക്കമ്മിറ്റിയ്ക്കു മാർഗ്ഗദർശനം നല്കിയിരിക്കുക. രണ്ടു വ്യഞ്ജനങ്ങൾ മുകളിൽ കുത്തിട്ട് അത് കൂട്ടക്ഷരമാണെന്നു കാണിക്കുന്ന രീതിയാണ് തമിഴിന്റേത്. എന്നാൽ മലയാളത്തിന്റെ എഴുത്തുരീതി രൂപപ്പെട്ടത് കൂട്ടക്ഷരങ്ങൾക്ക് വേറിട്ട് ഒരു ചിഹ്നം എന്നനിലയിലാണ്. ഏതൊക്കെ വ്യഞ്ജനങ്ങളാണോ ചേരുന്നത്, അവയുടെ ചിഹ്നങ്ങൾ ചേർത്ത് കൂട്ടക്ഷരമെഴുതുക. മാത്രമല്ല, അവയോട് സ്വരങ്ങൾ കൂടിച്ചേരുന്ന സന്ദർഭത്തിൽ രൂപപരമായ ഭംഗിയോടെ അത്തരം രൂപങ്ങൾ എഴുതുവാനുള്ള രീതിയാണ് നമ്മുടെ ഭാഷ നൂറ്റാണ്ടുകളിലൂടെ രൂപപ്പെടുത്തിയെടുത്തത്. ഈ ഘടന യുക്തിഭദ്രവും സൗന്ദര്യാത്മകവുമായിരുന്നു. അനുക്രമം പരിണമിച്ചുണ്ടാവുന്ന ഘടനകൾക്ക് സഹജമായ ഈ സവിശേഷതകളിൽ നിന്നു വഴിമാറിയല്ലാതെ ടൈപ്പ്റൈറ്ററിനുവേണ്ടി നിർദ്ദേശിക്കപ്പെട്ട ലിപി സ്വീകരിക്കുവാൻ സാധിക്കുമായിരുന്നില്ല.

വ്യഞ്ജനങ്ങളുടെ ഇരട്ടിപ്പും കൂട്ടക്ഷരങ്ങളും ചന്ദ്രക്കല ഉപയോഗിച്ച് എഴുതുക, അതുപോലെ ഇരട്ടിപ്പുകളും എഴുതുക എന്നതായിരുന്നു പുതിയ ലിപി നിർദ്ദേശിക്കുന്ന രീതി. ഇത് വളരെ അസ്വാഭാവികവും വിചിത്രവുമായ എഴുത്തുരീതിയായാണ് കണക്കാക്കപ്പെട്ടത്. ഉദാഹരണമായി അപ്പുക്കുട്ടൻ എന്ന വ്യക്തിനാമം പുതിയ ലിപിയിയിൽ അപ്പുകുട്ടൻ എന്നുവേണം എഴുതാൻ. ഇങ്ങനെ എഴുതാമെന്നത് ഒരു സാദ്ധ്യതയാണ്, എങ്കിലും ഇങ്ങനെ എഴുതിയത് വായിച്ചുശീലിക്കുവാൻ പ്രയാസമാണ്. ഇ, എ, ഒ എന്നിവയുടെയും അവയുടെ ദീർഘങ്ങളുടെയും ചിഹ്നം വേറിട്ടുനില്ക്കുന്നതുപോലെ ഉ, ഊ, ഋ എന്നിവയുടെയും രേഫത്തിന്റെയും ചിഹ്നങ്ങളെയും വേറിട്ട് എഴുതിക്കാണിക്കുകയെന്നതായിരുന്നു മറ്റൊരു നിർദ്ദേശം. കൂട്ടക്ഷരങ്ങളും ഇരട്ടിപ്പുകളും പിരിച്ചെഴുതി ലാഭമുണ്ടാക്കുന്നതിനെക്കുറിച്ചുള്ള ആലോചനയെ 1938-ൽ സഞ്ജയൻ പരിഹസിച്ചിട്ടുണ്ട്. *അച്ചുകൂടക്കാർക്കുവേണ്ടി* എന്ന അദ്ദേഹത്തിന്റെ പ്രശസ്തമായ കുറിപ്പ് ഓർക്കുക. അതേ പ്രതികരണംതന്നെയാണ് പുതിയലിപി നിർദ്ദേശം കേരളീയസമൂഹത്തിൽ സൃഷ്ടിച്ചത്. ഈ നിർദ്ദേശം പത്രസ്ഥാപനങ്ങളും പുസ്തകപ്രസാധകരും സ്വീകരിക്കുന്നില്ലെങ്കിൽ പ്രാവർത്തികമാവില്ല എന്നതിനാൽ അവരുടെ യോഗം വിളിക്കുകയും പുതിയലിപി നിർദ്ദേശത്തിന്റെ പ്രയോജനം ബോദ്ധ്യപ്പെടുത്തുകയും ചെയ്തു. 1971-ലെ സർക്കാർ ഉത്തരവ് പുറത്തുവന്നത് അതിനുശേഷമാണ്. എന്നിരുന്നാലും നേരത്തേ എഴുതിക്കാണിച്ചതുപോലെ അപ്പുക്കുട്ടൻ എന്നതുപോലെയുള്ള വാക്കുകൾ പിരിച്ചെഴുതുകയും അച്ചടിക്കുകയും ചെയ്യുന്നതിന്റെ പ്രയാസം നന്നായി അറിയാവുന്നതിനാൽ സ്വരങ്ങളെ വ്യഞ്ജനങ്ങളിൽനിന്നു പിരിച്ചുകാണിക്കുകയും ചില ഇരട്ടിപ്പുകളും കൂട്ടക്ഷരങ്ങളും പിരിച്ചെഴുതുകയും ചെയ്യുക എന്ന രീതിയാണ് പത്രസ്ഥാപനങ്ങൾ അനുവർത്തിച്ചത്. ലോഹത്തിൽ വാർത്തുണ്ടാക്കുന്ന അച്ചുകൾ ഉപയോഗിച്ച് അച്ചടി നടത്തിയിരുന്നകാലത്ത് അച്ചുകളുടെ സംഖ്യയിൽ കുറവുവരുത്താൻ പുതിയലിപിക്കു കഴിയുമായിരുന്നെങ്കിലും അച്ചുനിരത്തുകയെന്ന പണിയിൽ ഇത് മെച്ചമൊന്നും നല്കുകയില്ല. എന്നുമല്ല, അദ്ധ്വാനം വർദ്ധിപ്പിക്കുകയാണ് ചെയ്യുക. അതിനാൽ ആകാവുന്നത്ര ഇരട്ടിപ്പുകളും കൂട്ടക്ഷരങ്ങളും ഉപയോഗിച്ചുതന്നെയാണ് അച്ചടി നടത്തിയിരുന്നത്. മലയാളത്തിലെ പ്രമുഖ പുസ്തകപ്രസാധകർ എൺപതുകളുടെ പകുതിവരെ പുതിയ ലിപിയിലേക്കു മാറിയിരുന്നില്ല.

ബെഞ്ചമിൻ ബെയിലിയുടെ പ്രവർത്തനവും ലിപിപരിഷ്കരണവും താരതമ്യം ചെയ്യുമ്പോൾ കാണാനാവുക, അവ തികച്ചും വിരുദ്ധദിശകളിൽ നടന്നവയായിരുന്നു എന്ന വസ്തുതയാണ്. അച്ചടി എന്ന

സാങ്കേതികവിദ്യയുടെ സാദ്ധ്യതകൾ മലയാളഭാഷയ്ക്കു നല്കുകയാണ് ബെയിലി ചെയ്തത്. മലയാളത്തിലെ അക്ഷരങ്ങളുടെയെല്ലാം അച്ചുകൾ നിർമ്മിച്ചു. വലുപ്പത്തിന്റെ അനുപാതവും രൂപപരമായ തികവും അടിസ്ഥാനമാക്കി മലയാളത്തിലെ അക്ഷരങ്ങൾ വരഞ്ഞുണ്ടാക്കുകയും ടൈപ്പുകൾ നിർമ്മിക്കുവാനുള്ള അച്ചുകൾ ഉണ്ടാക്കുകയും ചെയ്തു. മലയാളത്തിനു സഹജമല്ലാത്ത ബൈബിളിലെ പേരുകളുടെ ഉച്ചാരണം വ്യക്തമാകുന്ന വിധത്തിലുള്ള അക്ഷരങ്ങൾ പുതുതായി സൃഷ്ടിച്ചു. അങ്ങനെ അച്ചടിയുടെ സാങ്കേതികവിദ്യയ്ക്ക് ഇണങ്ങുന്ന ഒരു രൂപം മലയാളഭാഷയ്ക്കു നല്കാൻ ബെയിലി പരിശ്രമിച്ചു. അതാവട്ടെ അച്ചടിയുടെ സാങ്കേതികവിദ്യ ഉപയോഗിച്ച് മലയാളം എഴുത്തിനെ വികസിപ്പിക്കുന്ന പ്രവർത്തനമായിരുന്നു. എന്നാൽ ലിപിപരിഷ്കരണമാകട്ടെ, ഇംഗ്ലീഷും യൂറോപ്യൻഭാഷകളും ടൈപ്പുചെയ്യുവാനായി രൂപകല്പനചെയ്യപ്പെട്ട മെഷീനുകൾക്കു പാകത്തിൽ മലയാളത്തെ വെട്ടിയൊതുക്കുകയായിരുന്നു. ടൈപ്പ്റൈറ്റിംഗ് കാലഘട്ടത്തിന്റെ അവസാനമാവുമ്പോഴേക്കും മിക്കവാറും കൂട്ടക്ഷരങ്ങളും ഇരട്ടിപ്പുകളും ടൈപ്പുചെയ്യാൻ സാധിക്കുന്ന മെഷീൻ ഗോദറേജ് എന്ന കമ്പനി പുറത്തിറക്കിയിരുന്നു. പക്ഷെ, അക്കാലം ആവുമ്പോഴേക്കും കമ്പ്യൂട്ടർ നമ്മുടെ നാട്ടിൽ എത്തിക്കഴിഞ്ഞിരുന്നു. ഓഫ്സെറ്റ് അച്ചടിക്കായി കമ്പ്യൂട്ടർ ഉപയോഗിച്ചുള്ള ടൈപ്പ്സെറ്റിങ്ങും ആരംഭിച്ചുകഴിഞ്ഞിരുന്നു. കാലം 1990-കളുടെ ആദ്യപകുതി. കൃത്യമായി കണക്കുകൂട്ടിയാൽ കാൽനൂറ്റാണ്ടിൽ കുറഞ്ഞ കാലയളവിൽ മാത്രം നിലനിന്ന ഒരു സാങ്കേതികവിദ്യയ്ക്കുവേണ്ടിയാണ് ലിപിപരിഷ്കരണം നടത്തിയത് എന്നുകാണാം. കൂട്ടത്തിൽ പരിശോധിക്കേണ്ട മറ്റൊരു കാര്യമുണ്ട്. മലയാളത്തിലല്ലാതെ മറ്റേതെങ്കിലും ഭാരതീയഭാഷയിൽ നമ്മുടെ ലിപിപരിഷ്കരണത്തിന് സമാനമായ സാഹസം ടൈപ്പ് റൈറ്റിംഗ് മെഷീനിനുവേണ്ടി നടന്നിട്ടുണ്ടോ എന്നതാണ്. ടെപ്പ് റൈറ്ററിൽ മറ്റു ഭാഷകൾ ഉപയോഗിക്കുന്നതെങ്ങനെ എന്ന് അവരെല്ലാം ആലോചിച്ചിരിക്കാം. പക്ഷേ, വേറെ ഏതെങ്കിലും ഭാഷയിൽ ഇങ്ങനെ ഒരു യന്ത്രത്തിനുവേണ്ടി സ്വന്തം ഭാഷയെ വെട്ടിമുറിച്ച് അലങ്കോലമാക്കാൻ ആരും തുനിഞ്ഞതായിക്കാണുന്നില്ല.

കമ്പ്യൂട്ടർസാങ്കേതികവിദ്യ വികസിപ്പിച്ചെടുക്കാനുള്ള പരിശ്രമം വിദേശരാജ്യങ്ങളിൽ നടക്കുമ്പോൾ, അതിനു സമാന്തരമായി ഇന്ത്യയിലും സർക്കാരിന്റെ നേതൃത്വത്തിലുള്ള പ്രവർത്തനം നടന്നിരുന്നു. കേന്ദ്രസർക്കാരിന്റെ ഇലക്ട്രോണിക്സ് വിഭാഗത്തിന്റെ മുൻകൈയിൽ നടന്ന പ്രവർത്തനങ്ങളിലെ ആലോചനാവിഷയങ്ങളിൽ ഒന്ന്

വിവിധ ഇന്ത്യൻഭാഷകൾ എങ്ങനെ കമ്പ്യൂട്ടറിൽ ഉപയോഗിക്കാം, ഈ ഭാഷകൾ തമ്മിലുള്ള വിനിമയം എങ്ങനെ സാദ്ധ്യമാക്കാം എന്നിവയായിരുന്നു. പിന്നീട് പൂനെയിൽ സ്ഥാപിച്ച സെന്റർ ഫോർ അഡ്വാൻസ്ഡ് കമ്പ്യൂട്ടിംഗ് (സി ഡാക് എന്ന ചുരുക്കപ്പേരിൽ അറിയപ്പെടുന്ന സ്ഥാപനം) എന്ന സ്ഥാപനത്തെ ഇത്തരം പ്രവർത്തനങ്ങളുടെ ചുമതല ഏല്പിച്ചു. ഈ ലേഖനത്തിന്റെ തുടക്കത്തിൽ പരാമർശിച്ച ലാംഗ്വിജ് ടെക്നോളജി പ്രോഡക്ടുകൾ നിർമ്മിക്കുകയും വിപണിയിലെത്തിക്കുകയും ചെയ്യുന്നത് ഈ സാഹചര്യത്തിലാണ്. ഭാരതീയഭാഷകൾ ടൈപ്പുചെയ്യാൻ മാത്രമല്ല, ഇ-മെയിലിൽ ഉപയോഗിക്കാനും സ്കാൻ ചെയ്തെടുത്ത പേജുകളിലെ അക്ഷരങ്ങൾ വായിക്കുവാനും ടെക്സ്റ്റിനെ വായിച്ചു കേൾപ്പിക്കുവാനുമെല്ലാമുള്ള സോഫ്റ്റ്‌വേറുകൾ വികസിപ്പിക്കുവാനും അവർ നേതൃത്വം നല്കി.

കമ്പ്യൂട്ടറിൽ ഭാഷ ഉപയോഗിക്കുന്നതിന്റെ ചരിത്രത്തെ അതിൽ ഉപയോഗിക്കുന്ന എൻകോഡിംഗ് വ്യവസ്ഥയെ അടിസ്ഥാനമാക്കി രണ്ടുഘട്ടങ്ങളായി തിരിക്കാം. ആസ്കി കാലഘട്ടമെന്നും യൂനിക്കോഡ് കാലഘട്ടമെന്നും.[1] ആസ്കി കാലഘട്ടത്തിലെ ഭാഷാസാങ്കേതികവിദ്യയുടെ മുഖ്യപരിമിതി ഭാരതീയഭാഷകൾ സിസ്റ്റം ലാംഗ്വിജിനു മുകളിൽ ഒരു മേലടര് എന്ന നിലയിലായിരുന്നു പ്രവർത്തിച്ചിരുന്നത് എന്നതായിരുന്നു. അതിനാൽ കമ്പ്യൂട്ടറിനു നല്കപ്പെട്ട വിവരം ഭാഷയുമായി ബന്ധപ്പെട്ടതാണെന്ന് കമ്പ്യൂട്ടറിന് തിരിച്ചറിയാനാകുമെങ്കിലും ആ വിവരം എന്തെന്നു വായിച്ചെടുക്കാനോ മനസ്സിലാക്കാനോ സംസ്കരിക്കാനോ കഴിയുമായിരുന്നില്ല. അതിനാൽ ഇത്തരം ഓരോ പ്രവർത്തനം നിർവ്വഹിക്കുവാനും പ്രത്യേകം ആപ്ലിക്കേഷൻ സോഫ്റ്റ്‌വേറുകൾ കമ്പ്യൂട്ടറിൽ ഇൻസ്റ്റാൾ ചെയ്യണമായിരുന്നു. അതാവട്ടെ വളരെ ചെലവുകൂടിയ കാര്യവുമാണ്. ഈ പരിമിതി മറികടക്കാനായത് ഇന്ത്യൻഭാഷകൾ യൂനിക്കോഡിന്റെ ഭാഗമായതോടെയാണ്. ലോകത്തിലെ എല്ലാഭാഷകളും കമ്പ്യൂട്ടറിൽ സിസ്റ്റം ലാംഗ്വിജിന്റെ തലത്തിൽ ഉപയോഗിക്കാവുന്ന വിധത്തിൽ ഭാഷാസാങ്കേതികതയ്ക്ക് അടിത്തറ പാവുകയാണ് യൂനിക്കോഡ് കൺസോർഷ്യം ചെയ്യുന്നത്. സ്വാഭാവികമായും ലോകത്തിൽ ഏറ്റവുമധികം ജനങ്ങൾ അധിവസിക്കുന്ന രാജ്യം എന്ന നിലയിൽ ഇന്ത്യയും ഇന്ത്യയിലെ ഭാഷകളും യൂനിക്കോഡിന്റെ പ്രവർത്തനത്തിന്റെ ആരംഭത്തിൽത്തന്നെ പരിഗണിക്കപ്പെട്ടു. സി-ഡാക്

---

1 മലയാളഭാഷാകമ്പ്യൂട്ടിംഗ് ചരിത്രത്തിന്റെ കൂടുതൽ വിവരങ്ങൾക്ക് *മലയാളഭാഷാകമ്പ്യൂട്ടിംഗ് ചരിത്രസംക്ഷേപം* എന്ന ലേഖനം കാണുക.

ഭാരതീയഭാഷകൾക്കായി ചിട്ടപ്പെടുത്തിയ കോഡുകൾ ഇരുപത്തിയൊന്നാം നൂറ്റാണ്ടിന്റെ തുടക്കത്തിൽ യൂനിക്കോഡ് കൺസോർഷ്യം സ്വീകരിക്കുകയും കോഡ് പട്ടികയിൽ ഉൾക്കൊള്ളിക്കുകയും ചെയ്തു.

നമ്മുടെ ഭാഷ കമ്പ്യൂട്ടറിന്റെ ഭാഷയാവുന്നതോടെ വൈവിദ്ധ്യമാർന്ന കമ്പ്യൂട്ടിംഗ്പ്രവർത്തനങ്ങൾ നടത്തുവാനായി ഭാഷ ഉപയോഗിക്കാവുന്ന അവസ്ഥയാണ് രൂപപ്പെടുന്നത്. ടൈപ്പ് റൈറ്റിങ് മെഷീനിന്റെ സാങ്കേതികവിദ്യ ഒരു നിശ്ചിതവലുപ്പത്തിൽ ഭാഷയിലെ അക്ഷരങ്ങൾ അച്ചടിക്കുക, ഏതാനും പകർപ്പുകൾകൂടി അതോടൊപ്പം കാർബൺ പേപ്പർ ഉപയോഗിച്ച് ഉണ്ടാക്കുക എന്നതിൽ അവസാനിക്കുന്നു. സ്വന്തമായി വിവരങ്ങൾ കൈകാര്യം ചെയ്യാനോ സംഭരിച്ചുവയ്ക്കാനോ അതിനു സാധിക്കുകയില്ല. എന്നാൽ കമ്പ്യൂട്ടറിൽ നിർമ്മിക്കുന്ന ഡിജിറ്റൽവിവരങ്ങൾ സൂക്ഷിച്ചുവയ്ക്കാനും പുനരുപയോഗത്തിനും സാധിക്കുന്നുവെന്നതാണ് കമ്പ്യൂട്ടറിന്റെ സവിശേഷത. ഉദാഹരണമായി ഒരു പുസ്തകത്തിന്റെ നിർമ്മാണത്തിനായി ടൈപ്പ്ചെയ്തു രൂപകല്പനചെയ്ത് അച്ചടിക്കുന്നതോടൊപ്പം പിന്നീട് ഉപയോഗിക്കാനായി സൂക്ഷിച്ചുവയ്ക്കാം. പി ഡി എഫ് ഫോർമാറ്റിലേക്കു മാറ്റി ഇ-മെയിൽ വഴിയോ മറ്റ് ഇന്റർനെറ്റ് മാർഗ്ഗങ്ങൾ ഉപയോഗിച്ചോ വിതരണം ചെയ്യാം. ഒരു ടെക്സ്റ്റ് ടു സ്പീച്ച് ആപ്ലിക്കേഷൻ ഉപയോഗിച്ച് ഈ പാഠത്തെ വായിച്ചുകേൾക്കാം. വെബ്സൈറ്റിൽ പ്രസിദ്ധീകരിക്കാം. ഇങ്ങനെ ആവശ്യാനുസരണം രൂപമാറ്റം വരുത്താവുന്നതും അപാരമായ പുനരുപയോഗസാദ്ധ്യതയുള്ളതുമായ പാഠമാണ് കമ്പ്യൂട്ടറിന്റെ സാങ്കേതികവിദ്യ ഉപയോഗിച്ച് നാം ഉണ്ടാക്കുന്നത്. തുടക്കത്തിൽ ശാസ്ത്രഗവേഷണരംഗത്തും സൈനികാവശ്യങ്ങൾക്കുമായി ഉപയോഗിച്ചിരുന്ന കമ്പ്യൂട്ടർ ഇന്ന് മനുഷ്യജീവിതത്തിന്റെ എല്ലാ തലങ്ങളിലും നേരിട്ടുതന്നെ ഇടപെടുന്നു. ഇത്തരം ഏത് ഇടപെടൽ നടത്തുമ്പോഴും അതുമായി ബന്ധപ്പെട്ട വിവരങ്ങൾ നല്കുന്നതും സ്വീകരിക്കുന്നതും ഏതെങ്കിലും ഒരു ഭാഷ ഉപയോഗിച്ചാണ്. ഭാഷാശ്രിതമായിട്ടല്ലാതെ വിവരനിർമ്മാണവും വിവരശേഖരണവും സംഭരണവും സാദ്ധ്യമല്ല. ഭാഷയെ കമ്പ്യൂട്ടർ ആന്തരികമായി എങ്ങനെ രേഖപ്പെടുത്തിവച്ചാലും അതിന്റെ ഭാഷാശ്രിതത്വം ഇല്ലാതാകുന്നില്ല.

വിവിധങ്ങളായ മാനുഷികപ്രവർത്തനത്തിന് സഹായം നല്കിയിരുന്ന ഉപകരണം എന്നനിലയിൽനിന്നു സ്വന്തംനിലയിൽ കാര്യങ്ങൾ ഗ്രഹിക്കുവാനും പ്രവർത്തിക്കുവാനും കഴിവുള്ള യന്ത്രമായി കമ്പ്യൂട്ടർ മാറിക്കഴിഞ്ഞിരിക്കുന്നു. നിർമ്മിതബുദ്ധിയുടെ (ആർട്ടിഫിഷ്യൽ ഇന്റലിജൻസ്) കാലമെന്നാണ് ഇതിനെ വിശേഷിപ്പിക്കുന്നത്. കമ്പ്യൂട്ടറിനു ലഭ്യമായ

അതിവിപുലമായ വിവരസഞ്ചയത്തെ സ്വയം വിശകലനം ചെയ്യാനും അതിന്റെ അടിസ്ഥാനത്തിൽ വിവിധപ്രശ്നങ്ങൾക്ക് ഉത്തരം കണ്ടെത്താനും നിർമ്മിതബുദ്ധിയുടെ സഹായത്തോടെ കമ്പ്യൂട്ടറിനു സാധിക്കുന്നു. ഭാഷയിലെ വാക്കുകൾ വായിക്കുക എന്ന പഴയ കാലത്തെ പ്രവർത്തനത്തിൽനിന്നു വാചികമായ ചോദ്യങ്ങൾക്ക് വാചികമായിത്തന്നെ ഉത്തരം നല്കാൻ ഇന്ന് കമ്പ്യൂട്ടറിനു സാധിക്കും. ഈ ശേഷി കൂടുതൽ വികസിച്ചുവരികയാണ്, മാത്രമല്ല കൂടുതൽ കൃത്യതയും സ്വാഭാവികതയും അതിനു കൈവരുത്തുകയും ചെയ്യുന്നു. മനുഷ്യനു പകരം നില്ക്കാവുന്ന ഡിജിറ്റൽ അസിസ്റ്റന്റുകൾ പല വെബ്സൈറ്റുകളിലും ചോദ്യങ്ങൾക്ക് ഉത്തരം പറയാനായി ഇപ്പോൾത്തന്നെ തയ്യാറായിക്കഴിഞ്ഞിട്ടുണ്ട്. ഈ സിദ്ധികൾ വികസിപ്പിച്ചെടുക്കുന്നതിൽ ഭാഷാപഠനത്തിന്റെ പരമ്പരാഗതരീതികളല്ല, മറിച്ച് യന്ത്രനിയന്ത്രിതമായ വിശകലനോപാധികളാണ് പ്രയുക്തമാകുന്നത്.

ഈ പ്രബന്ധത്തിന്റെ തുടക്കത്തിൽ ഉന്നയിച്ച ചോദ്യങ്ങളിലേക്കു തിരിച്ചുവരാം. മലയാളഭാഷയുടെ വികാസപരിണാമങ്ങളിൽ എഴുത്തിനും അച്ചടിക്കുമായി ഉപയോഗിച്ച സാങ്കേതികവിദ്യകൾ വഹിച്ച പങ്ക് എന്തെന്നു സൂചിപ്പിച്ചു. ആശയവിനിമയോപാധി എന്ന നിലയിൽ ഭാഷയുടെ ധർമ്മങ്ങൾ നിർവ്വഹിക്കുന്നതിന് ഓരോകാലത്തും വികസിച്ചുവന്ന സാങ്കേതികവിദ്യകൾ മനുഷ്യർ ഉപയോഗപ്പെടുത്തിയിട്ടുണ്ട്. എഴുത്തിനും അച്ചടിക്കുമൊപ്പം പ്രക്ഷേപണത്തിന്റെയും സംപ്രേഷണത്തിന്റെയും സാങ്കേതികവിദ്യകൾ പ്രചാരത്തിൽവന്നു. നിരക്ഷരരായവർക്കുപോലും വിനോദം പ്രദാനംചെയ്ത റേഡിയോ, ടെലിവിഷൻ എന്നിവ ഭാഷയുടെ മാനകീകരണത്തിൽ നിസ്തുലമായ പങ്കുവഹിച്ചിട്ടുണ്ട്. പ്രാദേശികഭേദങ്ങളിൽനിന്നു മാറി പ്രക്ഷേപണഭാഷ പൊതുമണ്ഡലത്തിന്റെ ഭാഷയായി മാറി. പദപ്രയോഗത്തിലും വാക്യഘടനയിലും എല്ലാം മാറ്റം പ്രകടമായി. മഴക്കെടുതിയെ പ്രളയം എന്ന പദം ഉപയോഗിച്ചു സംസാരിക്കുന്ന സമകാലമലയാളിയുടെ ഭാഷ, ഒരു മാദ്ധ്യമനിർമ്മിതിയാണ്. മറ്റെല്ലാ സാങ്കേതികവിദ്യകളും ഭാഷയിൽ ചെലുത്തിയ സ്വാധീനതയെക്കാൾ വളരെ ആഴത്തിലുള്ള മാറ്റമാണ് ഭാഷാസാങ്കേതികത സൃഷ്ടിച്ചത്. പ്രത്യക്ഷതലത്തിൽത്തന്നെ നമുക്കതു കാണാം. ടൈപ്പ് റൈറ്റിംഗ് മെഷിനിനുവേണ്ടി പരിഷ്കരിച്ച ലിപിയിൽനിന്നു ഭാഷയുടെ തനതുലിപിയിലേക്കു തിരിച്ചുപോകാൻ സാധിച്ചത് കമ്പ്യൂട്ടറിന്റെ സഹായത്തോടെയാണ്. അച്ചടിയിൽ ഉകാരത്തിന്റെയും ഋകാരത്തിന്റെയും ചിഹ്നങ്ങൾ വേറിട്ടുകാണിക്കുക

എന്നതിലേക്ക് പുതിയലിപി പിൻവാങ്ങിക്കഴിഞ്ഞു. കൂട്ടക്ഷരങ്ങളും ഇരട്ടിപ്പുകളും അവയുടെ സ്വാഭാവികരൂപത്തിൽ തിരിച്ചെത്തിക്കഴിഞ്ഞു. വെബ്ബിൽ പുതിയലിപി അപ്പാടെ ഇല്ലാതായെന്നു പറയാം. യൂനിക്കോഡ് സാങ്കേതികവിദ്യ ഫോണ്ട് ആശ്രിതമായ ഒന്നല്ല. ഒരു ഫയൽ ഉണ്ടാക്കാൻ ഉപയോഗിച്ച ഫോണ്ട് വേണമെന്നില്ല ആ ഫയൽ തുറക്കുവാനും വായിക്കുവാനും. കമ്പ്യൂട്ടറിൽ യൂനിക്കോഡ് എൻകോഡിംഗിൽ അധിഷ്ഠിതമായ ഒരു ഫോണ്ട് ഉണ്ടായാൽ മതി. പ്രശസ്തമായ യൂനിക്കോഡ് മലയാളം ഫോണ്ടുകളെല്ലാം തനതുലിപിയിൽ ആണെന്നതിനാൽ വെബ്ബിലെ മലയാളം മലയാളത്തിന്റെ പരമ്പരാഗതലിപിയായി മാറിക്കഴിഞ്ഞു. കമ്പ്യൂട്ടറിന്റെ സാങ്കേതികവിദ്യ അനായാസമായും സ്വാഭാവികമായും സാധിച്ചെടുത്ത നേട്ടമാണിത്. ഭാഷയുടെ വികാസപരിണാമങ്ങളുടെ ഇനിയുള്ള കാലം സാങ്കേതികവിദ്യയുടെ നേതൃത്വത്തിലായിരിക്കും മുന്നോട്ടുപോവുകയെന്ന് ഉറപ്പിക്കാം. യന്ത്രങ്ങൾക്കുവേണ്ടി ഭാഷയെ വെട്ടിമുറിക്കുകയോ രൂപമാറ്റം വരുത്തുകയോ ചെയ്യാതെ മനുഷ്യഭാഷയുടെ സ്വാഭാവികത വശമാക്കി യന്ത്രങ്ങൾ സംസാരിക്കുകയും പ്രതികരിക്കുകയും പ്രവർത്തിക്കുകയും ചെയ്യുന്ന കാലമാണ് വരാനിരിക്കുന്നത്.

ഡോ. എ. എം. ഉണ്ണിക്കൃഷ്ണൻ എഡിറ്റ് ചെയ്ത *മലയാളഭാഷാപഠനങ്ങൾ,*
പി. കെ. പരമേശ്വരൻനായർ സ്മാരക ഗ്രന്ഥാവലി 32-ലെ ലേഖനം.

കമ്പ്യൂട്ടറും മലയാളഭാഷയും

വിവരസാങ്കേതികവിദ്യ അഥവാ ഇൻഫർമേഷൻ ടെക്നോളജി മനുഷ്യജീവിതത്തിന്റെ സമസ്തമണ്ഡലങ്ങളിലും സ്വാധീനം ചെലുത്തിക്കഴിഞ്ഞ ഒരു കാലഘട്ടത്തിലാണ് നാം ജീവിക്കുന്നത്. കമ്പ്യൂട്ടറും വിവരസാങ്കേതികവിദ്യയും നമ്മുടെ ഭാഷയുമായി ഏതുവിധത്തിലാണ് ബന്ധപ്പെടുന്നത് എന്ന ആലോചന ഈ സന്ദർഭത്തിൽ പ്രസക്തമാണ്. ഭാഷയെ ഇൻഫർമേഷൻ ടെക്നോളജി അപ്രസക്തമാക്കുമോ? കമ്പ്യൂട്ടർ വ്യാപകമാകുന്നതോടെ മലയാളം പോലുള്ള ഭാഷകൾതന്നെ ഇല്ലാതാകുമോ? ഇത്തരം ചോദ്യങ്ങൾ പലരുമുന്നയിക്കാറുണ്ട്. ഭാഷയും കമ്പ്യൂട്ടർ സാങ്കേതികവിദ്യയും തമ്മിൽ സമ്പർക്കത്തിലേർപ്പെടുന്ന മണ്ഡലത്തെക്കുറിച്ചുള്ള പഠനം കമ്പ്യൂട്ടർവിജ്ഞാനത്തിലെ ശ്രദ്ധേയമായ വിജ്ഞാനശാഖയായി വികസിച്ചിട്ടുണ്ട്. നാച്വറൽ ലാങ്ഗ്വിജ് പ്രോസസ്സിംഗ് (Natural Language Processing) സജീവമായ ഗവേഷണങ്ങൾ നടക്കുന്ന മേഖലയാണ്. ഭാഷാസാങ്കേതികവിദ്യ എന്ന അർത്ഥത്തിൽ ലാങ്ഗ്വിജ് ടെക്നോളജി എന്ന പദം വ്യാപകമായി പ്രചാരത്തിലുണ്ട്.

വിവരങ്ങൾ ശേഖരിച്ചുവെക്കുവാനും ശേഖരിച്ചുവെച്ച വിവരങ്ങളുപയോഗിച്ച് നിശ്ചിതമായ ചില പ്രവർത്തനങ്ങൾ നടത്തുവാനുമായി രൂപകല്പനചെയ്യപ്പെട്ട യന്ത്രസംവിധാനമാണ് കമ്പ്യൂട്ടർ. അതിനാലാണ് കമ്പ്യൂട്ടർ സാങ്കേതികവിദ്യയുടെ ഈ മേഖലയെക്കുറിച്ച് വിവരസാങ്കേതികവിദ്യ എന്നുവിളിക്കുന്നത്. ഭാഷയുടെ സഹായമില്ലാതെ ഒരു

വിവരവും മനുഷ്യർക്ക് കൈകാര്യംചെയ്യാൻ സാധിക്കുകയില്ല. ഇതൊരു അതിവാദമാണ് എന്നു തോന്നാം. പക്ഷെ വസ്തുതയാണ്. ഭാഷേതര മായ സങ്കേതങ്ങളുപയോഗിച്ച് വിവരശേഖരണവും വിവരവിനിമയവും പ്രായോഗികമല്ല. ആശയവിനിമയത്തിന് അനുപേക്ഷണീയമായ ഘടകമാണ് ഭാഷ. ലോകമെങ്ങുമുള്ള മനുഷ്യരുമായി ആശയവിനിമയം നിർവ്വഹിക്കാൻ സഹായിക്കുന്ന ഒരു ഭാഷയില്ല. ഓരോ ദേശത്തും വ്യത്യസ്തങ്ങളായ ഭാഷകളാണ് നിലവിലുള്ളത്. അതിനാൽ അതതു ദേശങ്ങളിൽ പ്രചാരത്തിലുള്ള ഭാഷയുപയോഗിച്ചുമാത്രമേ അവിടെ ആശയവിനിമയം സാദ്ധ്യമാകൂ. വിവരശേഖരണത്തിന്റെയും വിനിമയ ത്തിന്റെയും കാര്യത്തിൽ ഇക്കാരണത്താൽ ഭാഷ ഒരു പ്രധാനപ്പെട്ട പരിഗണനാവിഷയമാകുന്നു. അതിനാൽ വിവരസാങ്കേതികവിദ്യയുടെ ഭാഗമായ ഭാഷാധിഷ്ഠിതവിഷയങ്ങൾ പഠിക്കുന്ന നാച്ചുറൽ ലാങ്ഗ്വിജ് പ്രൊസസ്സിംഗ് (N. L. P എന്ന ചുരുക്കപ്പേരിൽ ഇത് അറിയപ്പെടുന്നു.) എന്ന വിജ്ഞാനമേഖല നിർണ്ണായകപ്രാധാന്യമുള്ളതായി മാറുന്നു.

കമ്പ്യൂട്ടർ എന്ന ഉപകരണത്തിന് സ്വാഭാവികമായി ഭാഷ കൈകാര്യം ചെയ്യുവാനുള്ള ശേഷിയില്ല. എന്നുമാത്രമല്ല, കമ്പ്യൂട്ടർ നിർവ്വഹിക്കുന്ന ദൗത്യങ്ങൾ ഏറ്റെടുക്കുവാൻ അതിനെ സജ്ജമാക്കുകയെന്നത് കമ്പ്യൂ ട്ടറുപയോഗിക്കുന്ന ഓരോ വ്യക്തിയും ചെയ്യുന്ന പ്രവർത്തനമാണ്. കമ്പ്യൂട്ടറിന് തിരിച്ചറിയാനാകുന്ന 'ഭാഷ' യന്ത്രഭാഷ അഥവാ മെഷീൻ ലാങ്ഗ്വിജ് ആണ്. 0,1 എന്നീ അക്കങ്ങളാണ് ഇതിന്റെ അടിസ്ഥാനം. ഈ അക്കങ്ങളുടെ ശൃംഖലകളുപയോഗിച്ചുനല്കുന്ന നിർദ്ദേശം മാത്രമേ കമ്പ്യൂട്ടർ വാസ്തവത്തിൽ തിരിച്ചറിയുന്നുള്ളൂ. അതിനോടുള്ള പ്രതികര ണമായാണ് പ്രസ്തുതയന്ത്രം പ്രവർത്തിക്കുന്നത്. ഇന്ന് കമ്പ്യൂട്ടറിന്റെ കീബോർഡിൽ നാം വിരലുകളമർത്തി ടൈപ്പുചെയ്യുമ്പോൾ മോണിറ്റ റിൽ വാക്കുകൾ തെളിഞ്ഞുവരുന്നതായി കാണാം. എന്നാൽ അതിസ ങ്കീർണ്ണമായ ഒരു പ്രക്രിയ

കമ്പ്യൂട്ടറിനകത്ത് നടക്കുന്നതിന്റെ ഫലമായാണ് ഇങ്ങനെ സംഭവി ക്കുന്നത്. ഓരോ കീയിൽ വിരലമർത്തുമ്പോഴും ആ സ്പർശം കമ്പ്യൂട്ടറിന്റെ പ്രോസസ്സിലേക്ക് ഒരു സന്ദേശം നല്കുന്നു. കമ്പ്യൂട്ടറിനകത്ത് യന്ത്രഭാ ഷയിൽ ചിട്ടപ്പെടുത്തി സൂക്ഷിച്ചിട്ടുള്ള കോഡുകളുടെയടിസ്ഥാനത്തിൽ ഈ സന്ദേശം ആശ്യപ്പെടുന്ന പ്രവർത്തനമെന്തെന്ന് കമ്പ്യൂട്ടർ തിരി ച്ചറിയുന്നു. യന്ത്രഭാഷയിൽ ചിട്ടപ്പെടുത്തിയ കോഡുകളുടെ അടിസ്ഥാ നത്തിലാണ് കമ്പ്യൂട്ടർ പ്രവർത്തിക്കുന്നതെന്ന് ഇതിൽനിന്ന് മനസ്സി ലാക്കാം. യന്ത്രഭാഷയിലെ കോഡ് അതിസങ്കീർണ്ണവും പഠിക്കുവാനും

ഉപയോഗിക്കുവാനും പ്രയാസമുള്ളതുമാണ്. കമ്പ്യൂട്ടർ ഉപയോഗിക്കാൻ ഇത്തരം കോഡുകൾ പഠിക്കുകയെന്നത് പ്രയാസകരമാണ് എന്ന തിനാൽ ഈ ക്ലേശത്തിൽനിന്ന് നമ്മെ രക്ഷിക്കുവാൻ നിരവധി സോഫ്റ്റ്‌വേറുകൾ ഉണ്ടാക്കപ്പെട്ടിട്ടുണ്ട്. സോഫ്റ്റ്‌വേറുകൾ രണ്ട് തരമാണ്. സിസ്റ്റം സോഫ്റ്റ്‌വേറുകളും ആപ്ലിക്കേഷൻ സോഫ്റ്റ്‌വേറുകളുമാണ് അവ. കമ്പ്യൂട്ടറിന്റെ മൊത്തത്തിലുള്ള പ്രവർത്തനശേഷിയെ ചിട്ടപ്പെടുത്തുന്ന ഓപ്പറേറ്റിംഗ് സിസ്റ്റമുകളാണ് സിസ്റ്റം സോഫ്റ്റ്‌വേറുകൾ. ഉദാഹരണ ത്തിന് മൈക്രോസോഫ്റ്റിന്റെ വിൻഡോസ്, ഓപ്പൺ സോഫ്റ്റ്‌വേർ പ്ര സ്ഥാനത്തിന്റെ ലിനക്സ് എന്നിങ്ങനെയുള്ളവ. ഏതെങ്കിലും നിശ്ചിതമായ പ്രവർത്തനം നടത്തുവാൻ സഹായിക്കുന്നവയാണ് ആപ്ലിക്കേഷൻ സോഫ്റ്റ്‌വേറുകൾ. ചിത്രംവരയ്ക്കാൻ കോറൽ ഡ്രോ, ഫോട്ടോവിന്റെ നിറം, വലുപ്പം എന്നിവ എഡിറ്റുചെയ്യാൻ ഫോട്ടോഷോപ്പ്, ഡി. ടി. പി പ്രവർത്തനത്തിന് പേജ്മേക്കർ എന്നിവ ഇതിന് ഉദാഹരണങ്ങളാണ്.

നാം സംസാരിക്കുകയും എഴുതുകയുംചെയ്യുന്ന ഭാഷ കമ്പ്യൂട്ടറിൽ ഉപയോഗിക്കുവാനുള്ള ശ്രമം കമ്പ്യൂട്ടർഗവേഷണത്തിന്റെ ആദ്യ ഘട്ടത്തിൽത്തന്നെ ആരംഭിച്ചതാണ്. കീബോർഡിൽ ടൈപ്പുചെ യ്യുന്നതിനുപകരം നിർദ്ദേശങ്ങൾ വാചികമായിനല്കി കമ്പ്യൂട്ടറിനെ എങ്ങനെ പ്രവർത്തിപ്പിക്കാം എന്ന അന്വേഷണമാണ് എൻ. എൽ. പി. ഗവേഷണത്തിന്റെ ഒരു വിഷയം. കമ്പ്യൂട്ടറിലെ ഭാഷോപയോഗ ത്തെക്കുറിച്ചുള്ള ചർച്ചയിൽ ഭാഷയെ പ്രോഗ്രാമിംങ് ലാങ്ഗ്വിജ് എന്നും നാച്ചുറൽ ലാങ്ഗ്വിജ് എന്നും വേർതിരിച്ചുപറയേണ്ടത് ആവശ്യ മാണ്. കാരണം, കമ്പ്യൂട്ടറിന്റെ ഭാഷ യന്ത്രഭാഷയാണ് എന്നതുതന്നെ. സ്വാഭാവികഭാഷ കൈകാര്യം ചെയ്യുവാനുള്ളശേഷി ഒരു പരിധിവരെ വികസിപ്പിച്ചെടുക്കുവാൻ ഇതിനകം ഗവേഷകർക്കു സാധിച്ചിട്ടുണ്ട്. നാം ടൈപ്പുചെയ്ത ഒരു ടെക്സ്റ്റ്

വായിച്ചുകേൾപ്പിക്കാൻ സഹായിക്കുന്ന ടെക്സ്റ്റ് ടു സ്പീച്ച് സോഫ്റ്റ്‌വേ റുകൾ ഇന്ന് വിപണിയിൽ ലഭ്യമാണ്. അതുപോലെ നമ്മൾ സംസാ രിക്കുന്നതിനെ ടെക്സ്റ്റാക്കി മാറ്റുവാനുള്ള സംവിധാനവും ഇതിനകം നിലവിൽ വന്നിട്ടുണ്ട്. ഇവയെല്ലാം ഇംഗ്ലീഷിനും മറ്റുചില യൂറോപ്യൻ ഭാഷകൾക്കുമുള്ളതാണ്.

ഭാഷയും കമ്പ്യൂട്ടറും എന്ന വിഷയം നാം ചർച്ചചെയ്യുന്ന പശ്ചാത്തലം ഇതാണ്. ഈ സന്ദർഭത്തിൽ, മലയാളഭാഷയുടെ കാര്യത്തിൽ നാം കൈവരിച്ചനേട്ടങ്ങൾ എന്തൊക്കെയെന്ന് പരിശോധിക്കുകയും കമ്പ്യൂട്ടറിന്റെ സാദ്ധ്യതകൾ എങ്ങനെയാണ് മലയാളഭാഷയെ

ബാധിക്കുകയെന്ന് അന്വേഷിക്കുകയും ചെയ്യേണ്ടതുണ്ട്. മലയാളം ഉൾപ്പെടെയുള്ള ഇന്ത്യൻഭാഷകൾ കമ്പ്യൂട്ടറിലുപയോഗിക്കുവാൻ സഹായിക്കുന്ന സോഫ്റ്റ്‌വേറുകൾ വികസിപ്പിക്കുവാനുള്ള ശ്രമം ആരംഭിക്കുന്നത് എഴുപതുകളിലാണ്. ഇന്ത്യൻഭാഷകൾക്ക് പൊതുവായ ഒരു കോഡിംഗ് വ്യവസ്ഥ രൂപപ്പെടുത്തുവാനുള്ള ശ്രമം കേന്ദ്രസർക്കാരിന്റെ കീഴിലുള്ള ഡിപ്പാർട്ട്മെന്റ് ഓഫ് ഇലക്ട്രോണിക്സ് (DOE) ആരംഭിക്കുന്നത് 1983-ലാണ്. എല്ലാ ഭാരതീയഭാഷകൾക്കും പൊതുവായ ഒരു പ്രവർത്തനതലം (A common platform for all Indian Languages) എന്ന ആശയം 1986-ൽ പ്രസ്തുത വകുപ്പ് അവതരിപ്പിച്ച രേഖയിലാണ് പ്രകാശിതമാകുന്നത്. മൂന്നര പതിറ്റാണ്ടിലേറെ ദൈർഘ്യമുള്ള പ്രവർത്തനചരിത്രം ഈ ദിശയിലുള്ള നമ്മുടെ അന്വേഷണങ്ങൾക്കുണ്ടെന്ന് ഓർക്കുക. ഭാരതീയ ഭാഷകൾക്ക് പൊതുവിൽ ഏറെക്കുറേ സമാനമായ അക്ഷരമാലയാണ് പ്രയോഗത്തിലുള്ളത് എന്നതിനാൽ പൊതുവായ ഒരു കോഡിംഗ് വ്യവസ്ഥയും പ്രവർത്തനതലവും എന്ന ആശയം ഇതിനകം പ്രചാരത്തിൽ വന്നിട്ടുണ്ട്. കേന്ദ്രസർക്കാർ ഉടമസ്ഥതയിലുള്ള പൂനയിലെ സെന്റർ ഫോർ ഡെവലപ്മെന്റ് ഓഫ് അഡ്വാൻസ്ഡ് കമ്പ്യൂട്ടിംഗ് (C DAC എന്ന ചുരുക്കപ്പേരിൽ ഈ സ്ഥാപനം അറിയപ്പെടുന്നു. ഇന്ത്യൻ സ്ക്രിപ്റ്റ് ഫോണ്ട് കോഡ് (ISFOC) എന്ന ഒരു കോഡിംഗ് വ്യവസ്ഥ ചിട്ടപ്പെടുത്തുകയും ഐ. എസ്. എം. എന്നപേരിൽ അറിയപ്പെടുന്ന ഒരു പരമ്പരയിൽ നിരവധി സോഫ്റ്റ്‌വേറുകൾ വിപണിയിലിറക്കുകയും ചെയ്തിട്ടുണ്ട്.

കമ്പ്യൂട്ടറും ഇന്ത്യൻഭാഷകളും തമ്മിലുള്ള സമ്പർക്കം സാദ്ധ്യമാവുന്ന ഈ കാലഘട്ടം മലയാളഭാഷയുടെ ചരിത്രത്തിൽ നിർണ്ണായകപ്രാധാന്യമുള്ളതാണ്. ഇന്ന് നാം പുതിയ ലിപിയെന്ന് വിളിക്കുന്ന ലിപിസമ്പ്രദായം പ്രാബല്യത്തിൽ വന്നുകഴിഞ്ഞ കാലഘട്ടമാണിത്. മലയാളം ഔദ്യോഗികഭാഷയായി സർക്കാർ വകുപ്പുകളിൽ ഉപയോഗിക്കുമ്പോൾ മലയാളം ടൈപ്പ്റൈറ്റിംഗ് മെഷീനുകൾ ആവശ്യമായിവരും. 1968-ൽ കേരളസർക്കാർ, ടൈപ്പ്റൈറ്റിംഗ് മെഷീനിൽ മലയാളഭാഷയുപയോഗിക്കുന്ന സന്ദർഭത്തിൽ അക്ഷരങ്ങൾ എങ്ങനെ കൈകാര്യംചെയ്യാമെന്ന് നിശ്ചയിക്കുന്നതിനായി ഒരു കമ്മിറ്റി രൂപീകരിച്ചു. ശൂരനാട്ട് കുഞ്ഞൻപിള്ളയായിരുന്നു കമ്മിറ്റിയുടെ അദ്ധ്യക്ഷൻ. എൻ. വി. കൃഷ്ണവാര്യർ പ്രസ്തുതകമ്മിറ്റിയിൽ ഒരു അംഗമായിരുന്നു. ഇംഗ്ലീഷ് ടൈപ്പുചെയ്യാൻവേണ്ടി ഉണ്ടാക്കിയിട്ടുള്ള മെഷീനുകളിൽ ലഭ്യമായ കീകളുപയോഗിച്ച് എങ്ങനെ മലയാളം ടൈപ്പുചെയ്യാം എന്നതായിരുന്നു

കമ്മിറ്റിക്കു മുമ്പിലുള്ള പ്രശ്നം. മലയാളഭാഷയിൽ അച്ചടിനിർവ്വഹിക്കാൻ ഏതാണ്ട് തൊള്ളായിരം ലിപിചിഹ്നങ്ങൾ ആവശ്യമായിവരും. ഇത്രയും ലിപിചിഹ്നങ്ങളെ ഉൾക്കൊള്ളുവാനുള്ള പ്രാപ്തി ടൈപ്പ്റൈറ്റിംഗ് മെഷീനില്ല എന്നതിനാൽ മറ്റൊരുസാദ്ധ്യത അന്വേഷിക്കുകയായിരുന്നു വാസ്തവത്തിൽ ചെയ്യേണ്ടിയിരുന്നത്. എന്നാൽ, അതിനുപകരം, ലിപി പരിഷ്കരണം നിർദ്ദേശിക്കാൻ സർക്കാർ ആവശ്യപ്പെടുകയായിരുന്നുവല്ലോ. മലയാളം ടൈപ്പ്റൈറ്റിംഗ് സാദ്ധ്യമാക്കാനുള്ള വ്യവസ്ഥ എന്ന നിലയിൽ പുതിയലിപി നിർദ്ദേശിക്കപ്പെട്ടത് 1968-ലാണ്. കമ്മിറ്റിയുടെ നിർദ്ദേശങ്ങളിൽ പ്രസക്തമായവസ്തുതകൾ ഇപ്രകാരം സംഗ്രഹിക്കാം.

1. മലയാളത്തിലെ സ്വരങ്ങൾക്ക് വേറെ ചിഹ്നമുണ്ടാവുകയാണെങ്കിൽ ടൈപ്പ്റൈറ്റിംഗിനും അച്ചടിക്കുമാവശ്യമായ അച്ചുകളുടെയെണ്ണം കുറയ്ക്കാം. 'എ'കാരത്തിനുള്ള ചിഹ്നം വ്യഞ്ജനത്തിൽനിന്ന് വേറിട്ടുനില്ക്കുന്നതുപോലെ ഇത്തരം ചിഹ്നങ്ങൾ ഉപയോഗിക്കാം. ആ, ഇ, ഈ, എ, ഏ, ഒ, ഓ ഔ എന്നിവയുടെ ചിഹ്നങ്ങൾ വേറിട്ടുനില്ക്കുന്നതുപോലെ ഉ, ഊ, ഋ എന്നിവയ്ക്ക് വേറെ ചിഹ്നമുണ്ടാക്കിയാൽ മതിയാവും. അവ സ്വരവ്യഞ്ജനസംയുക്തങ്ങളെ ഐകരൂപ്യത്തോടെ എഴുതുവാൻ സഹായിക്കും. നാം ഇന്നുകാണുന്ന ചിഹ്നങ്ങൾ നിർദ്ദേശിക്കപ്പെടുകയും ചെയ്തു.
2. കൂട്ടക്ഷരങ്ങളെയെല്ലാം അവ ഏതൊക്കെ വ്യഞ്ജനങ്ങൾ ചേർന്നാണോ ഉണ്ടാക്കിയിട്ടുള്ളത്, അതേ ക്രമത്തിൽ പിരിച്ചെഴുതാം. അവ ചേർത്തുച്ചരിക്കേണ്ടതാണ് എന്നു കാണിക്കാൻ ചന്ദ്രക്കലയിട്ട് പരസ്പരം ബന്ധിപ്പിച്ചാൽ മതിയാകുന്നതാണ്. ഇതുപോലെ വ്യഞ്ജനങ്ങളുടെ ഇരട്ടിപ്പും പിരിച്ചെഴുതി ചന്ദ്രക്കലയുപയോഗിച്ച് ബന്ധിപ്പിച്ചാൽ മതിയാകും. ഉദാഹരണത്തിന് രക്തം എന്ന് അച്ചടിക്കുമ്പോൾ ക്ത, ക, ചന്ദ്രക്കല, ത എന്നക്രമത്തിൽ അച്ചടിക്കുക.

ലിപി പരിഷ്കരണക്കമ്മിറ്റിയുടെ റിപ്പോർട്ടിൽ പ്രത്യേകമായി എടുത്തുപറയുന്ന ചില നിർദ്ദേശങ്ങളുണ്ട്. നിലവിലുള്ള എഴുത്തുരീതിയോ പുസ്തകങ്ങളുടെ അച്ചടിയോ പരിഷ്കരിക്കുവാൻ ഈ പുതിയ ലിപിനിർദ്ദേശമുപയോഗിക്കരുത്. ടൈപ്പ്റൈറ്റിംഗിനുവേണ്ടിയാണ് ഈ ലിപി നിർദ്ദേശിക്കപ്പെട്ടത്. ഈ പുതിയലിപി പാഠപുസ്തകങ്ങളിൽ ഉപയോഗിക്കുവാൻ പാടുള്ളതല്ല. ടൈപ്പ്റൈറ്റിംഗിന് ഒഴികെ മറ്റു പ്രായോഗികാവശ്യങ്ങൾക്കെല്ലാം നടപ്പിലുള്ള ലിപിസമ്പ്രദായം തന്നെയാണ് ഉപയോഗിക്കേണ്ടത്. ലിപി പരിഷ്കരണക്കമ്മിറ്റിയുടെ നിർദ്ദേശത്തിനുവിരുദ്ധമായി 1973-ൽ ഒന്നാം പാഠപുസ്തകത്തിൽ

പുതിയലിപി ഉപയോഗിക്കപ്പെട്ടു. തുടർന്ന് സ്കൂൾ പാഠപുസ്തകങ്ങളെല്ലാം പുതിയലിപിയിൽ അച്ചടിക്കപ്പെടുവാൻ തുടങ്ങി. ഇന്ന് മലയാളം എഴുത്തിൽ വ്യാപകമായിക്കഴിഞ്ഞ അവ്യവസ്ഥിതത്വത്തിന് അടിത്തറപാകുകയെന്നതല്ലാതെ പുതിയലിപിയുടെ ഉപയോഗം ഭാഷയ്ക്ക് ഒരു ഗുണവും ചെയ്തില്ല. എന്നാൽ, വാണിജ്യാടിസ്ഥാനത്തിൽ നിർമ്മിച്ച് വിപണിയിലെത്തിച്ച മലയാളം ടെക്സ്റ്റ് എഡിറ്ററുകൾ ധാരാളമായി വില്ക്കപ്പെടുകയും ചെയ്തു.

ശ്രദ്ധേയമായ ഒരു വസ്തുത, ലിപിപരിഷ്കരണം ഏറെ പരിഹാസത്തിനു വിഷയമായിരുന്നുവെന്നതാണ്. മലയാളലിപിയുടെ സൗന്ദര്യത്തികവും യുക്തിഭദ്രതയും നശിപ്പിക്കുന്ന വികലമായ ഭാഷാബോധമാണ് ഇതിനു പിറകിലുള്ളതെന്ന വിമർശനം എഴുപതുകളുടെ തുടക്കത്തിൽ മാദ്ധ്യമങ്ങളിൽ നിറഞ്ഞുനിന്നിരുന്നു. എങ്കിലും, പാഠപുസ്തകങ്ങളെ പിന്തുടർന്ന് പത്രമാസികാദികൾ പുതിയലിപിയുപയോഗിക്കാൻ ആരംഭിച്ചത് അച്ചടിരംഗത്ത് ഓഫ്സെറ്റ് സാങ്കേതികവിദ്യയും അതിന് ഏറ്റവും സഹായകമായ വിധത്തിലുള്ള കമ്പ്യൂട്ടർ ടൈപ്പ്സെറ്റിംഗും പ്രചാരത്തിൽ വന്നതിനാലാണ്. ഇക്കാലത്ത് മലയാളം ടൈപ്പ്സെറ്റുചെയ്യാനായി ഉണ്ടാക്കപ്പെട്ട സോഫ്റ്റ്‌വേറുകൾ പുതിയലിപിയുടെ പരിമിതികൾ ഏറെ മറികടക്കുന്ന ഒരു മിശ്രലിപി സമ്പ്രദായം ആവിഷ്കരിച്ചു. ഉ, ഊ, ഋ രേഫം എന്നിവ ചേർന്ന രൂപങ്ങളുടെ കാര്യത്തിൽ പുതിയ ലിപിനിർദ്ദേശം അംഗീകരിക്കുന്നതും കൂട്ടക്ഷരങ്ങളുടേയും ഇരട്ടിപ്പുകളുടേയും കാര്യത്തിൽ ആകാവുന്നത്ര പരമ്പരാഗത ലിപിസമ്പ്രദായം പിന്തുടരുകയും ചെയ്യുന്നവയായിരുന്നു, വിപണിയിലിറങ്ങിയ സോഫ്റ്റ്‌വേറുകൾ. ഈ മിശ്രലിപി അച്ചടിക്കുക സൗകര്യപ്രദമാണ് എന്നു തോന്നാമെങ്കിലും ഒട്ടേറെ അവ്യവസ്ഥിതത്വത്തിനു വഴിവെക്കുകയാണ് ചെയ്തത്. അല്പം എന്നു എഴുതിയത് അൽപം, അല്പം, അൽപ്പം, അല്പ്പം എന്നിങ്ങനെ പലവിധത്തിൽ ടൈപ്പുസെറ്റുചെയ്യുന്ന പതനത്തിൽ മിശ്രലിപി ഭാഷയെ കൊണ്ടുചെന്നെത്തിച്ചു. ഇതിനുകാരണം മലയാളഭാഷ അച്ചടിക്കുവാനാശ്യയമായ ലിപിസഞ്ചയം ഏതെന്നു നിർണ്ണയിക്കുവാൻ സോഫ്റ്റ്‌വേർ നിർമ്മാതാക്കൾ ശ്രദ്ധിച്ചില്ല എന്നതാണ്. ഈ കാലയളവിൽ ലിപി പരിഷ്കരണവാദികളായ ചില ഭാഷാശാസ്ത്രജ്ഞർ, മലയാളത്തിന്റെ ലിപിബാഹുല്യം വിവരസാങ്കേതികവിദ്യയുടെകാലത്ത് മലയാളത്തിന്റെ ഭാവി ഇരുളടഞ്ഞതാവാൻ വഴിവെക്കുമെന്നു വാദിക്കുകയുണ്ടായി. മലയാളത്തിലെ ലിപിചിഹ്നങ്ങൾ പലതും ആവശ്യമില്ലെന്നു അവർ തീരുമാനിക്കുകയും ചെയ്തു. ഋ, ഞ എന്നീ അക്ഷരങ്ങൾ മലയാളത്തിന്

ആവശ്യമില്ലാത്തതാണെന്ന് അവർ ഇന്നും വാദിക്കുന്നുണ്ട്. ൠ-ന്റെ അഭാവത്തിൽ കൃഷി, കൃഷ്ണൻ, തൃഷ്ണ എന്നീ വാക്കുകളിലെ ആദ്യാക്ഷര മുണ്ടാവുക വയ്യ. അതിനുപകരമായി വിലക്ഷണമായ ഒരു രൂപം ഈ ഭാഷാപണ്ഡിതന്മാർ നിർദ്ദേശിച്ചിട്ടുണ്ട്. ക്റ്ഷി, ക്റ്ഷ്ണൻ, ത്റ്ഷ്ണ എന്നൊക്കെ എഴുതാമെന്നതായിരുന്നു നിർദ്ദേശം.

രണ്ട് ചോദ്യങ്ങൾ ഇവിടെ പ്രസക്തമാകുന്നു. ഒന്ന്, ഈ പണ്ഡി തന്മാർ വാദിക്കുന്നതുപോലെ, മലയാളത്തിലെ അക്ഷരബാഹുല്യം വാസ്തവത്തിൽ വിവരസാങ്കേതികവിദ്യയുടെ കാലഘട്ടത്തിൽ ഭാഷയുടെ ഭാവി ഇരുളടഞ്ഞതാക്കുമോ? രണ്ട്, ഏതാനും ഭാഷാപണ്ഡിതന്മാർ ക്ക് തോന്നുംപടി എടുത്തുകളിക്കുവാനുള്ളതാണോ ഒരു ഭാഷയുടെ അക്ഷരസഞ്ചയം? ഒന്നാമത്തെ ചോദ്യത്തിന്റെ ഉത്തരം ലളിതമാണ്. കമ്പ്യൂട്ടറും ടൈപ്പ്റൈറ്റിംഗ് മെഷീനും തമ്മിലുള്ള അന്തരമെന്തെന്ന് ഈ ഭാഷാപണ്ഡിതന്മാർക്ക് അറിയില്ല. നാലായിരത്തിലധികം ലിപിചിഹ്ന ങ്ങളുള്ള മൻഡരിൻ പോലുള്ള ഭാഷകൾ അനായാസമായി കമ്പ്യൂട്ടറിൽ ഉപയോഗിക്കപ്പെടുന്നുണ്ട്. കമ്പ്യൂട്ടറിനകത്ത് പ്രോഗ്രാം ചെയ്യുതിനനു സരിച്ച് ലിപിചിഹ്നങ്ങൾ സ്ക്രീനിലും അച്ചടിയിലും കൊണ്ടുവരാനാകുന്ന കമ്പ്യൂട്ടർ സാങ്കേതികവിദ്യയുടെ ബാലപാഠംപോലും അറിയാത്ത വരാണ് സൈബർയുഗത്തിൽ മലയാളത്തിന്റെ ഭാവിയെക്കുറിച്ച് വ്യാകുലപ്പെടുന്നത്. വാസ്തവത്തിൽ, പ്രശ്നം സൈബർയുഗത്തിന്റേതോ ഭാഷയുടേതോ അല്ല, മറിച്ച് ഈ പണ്ഡിതന്മാരുടേതാണ് എന്നു വ്യക്ത മാണ്. എങ്കിലും അവർ വഹിക്കുന്ന ഔദ്യോഗികസ്ഥാനങ്ങൾ കാരണം, മലയാളഭാഷയുടെ കോഡ് നിർണ്ണയിക്കുന്ന സന്ദർഭത്തിൽ അഭിപ്രായം പറയാൻ ഇവർക്ക് അവസരം കിട്ടിയിരുന്നു. മലയാളം അക്കങ്ങൾ ഉൾപ്പെടെ, മലയാളത്തിന്റെ കോഡിൽനിന്ന് ഉപേക്ഷിക്കേണ്ടതാണ് എന്നുപറഞ്ഞുകൊണ്ട് ഒരു പട്ടിക ഈ പണ്ഡിതന്മാർ സമർപ്പിച്ചു പക്ഷെ, കമ്പ്യൂട്ടറിൽ ഒരു ഭാഷ ഉപയോഗിക്കുമ്പോൾ അതിന്റെ എല്ലാ സങ്കീർണ്ണതകളും വൈവിദ്ധ്യവും ഉൾക്കൊള്ളുന്ന വിധത്തിൽ കോഡ് ചെയ്യുകയെന്നതാണ് സാർവ്വദേശീയതലത്തിൽ അനുവർത്തിക്കുന്ന നയമെന്നതിനാൽ പണ്ഡിതന്മാരുടെ ഈ നിർദ്ദേശം ചവറ്റുകൊട്ട യിലെത്തി. ഈ മേഖലയിൽ നടക്കുന്ന പ്രവർത്തനങ്ങളെക്കുറിച്ച് പ്രാഥമികധാരണകൾപോലുമില്ലാത്തവർ വിഷയം കൈകാര്യംചെയ്യു ന്നുവെന്നതാണ് മലയാളഭാഷ നേരിടുന്ന ഗുരുതരമായ പ്രശ്നം. മലയാ ളഭാഷയുടെ പരമ്പരാഗതലിപി കമ്പ്യൂട്ടറിൽ ഉപയോഗിക്കാനാവില്ല എന്ന ഒരു സിദ്ധാന്തവും അവർ പ്രചരിപ്പിച്ചിരുന്നു. ഇത് എത്രമേൽ

അസംബന്ധമാണെന്ന് രചന അക്ഷരവേദി, രചന എന്നപേരിൽ പുറത്തിറക്കിയ മലയാളം ടെക്സ്റ്റ് എഡിറ്റർ വ്യക്തമാക്കി.

1968-ൽ ലിപിപരിഷ്കരണക്കമ്മിറ്റി നിർദ്ദേശിച്ച ലിപിയെ പുതിയ ലിപി എന്നായിരുന്നു വിളിച്ചിരുന്നത്. അതോടെ നാം ഉപയോഗിച്ചുവന്ന ലിപി, പഴയലിപിയായി കണക്കാക്കപ്പെട്ടു. പഴയത്, പുതിയത് എന്നിങ്ങനെ രണ്ടുസംവർഗ്ഗങ്ങൾ (Categories) ഭാഷയുടെ കാര്യത്തിൽ അങ്ങനെ സൃഷ്ടിക്കപ്പെട്ടു. ഈ സംവർഗ്ഗങ്ങളുമായി ബന്ധപ്പെട്ട മൂല്യവ്യവസ്ഥയിലേക്ക് അതുവഴി ഭാഷയെ സംബന്ധിച്ച വ്യവഹാരങ്ങൾ സ്വാഭാവികമായി പ്രവേശിപ്പിക്കപ്പെട്ടു. ആധുനികതയെക്കുറിച്ച് കടുത്ത ഉത്കണ്ഠ പുലർത്തുന്ന കേരളീയസമൂഹത്തിൽ പഴയത് എന്ന സംവർഗ്ഗം, ജീർണ്ണത, കാലഹരണപ്പെടൽ, അശാസ്ത്രീയം, പിന്നോക്കാവസ്ഥ, ഉപേക്ഷിക്കപ്പെടേണ്ടത് എന്നിവയുമായി ബന്ധപ്പെടുന്നു. ഉള്ളടക്കത്തെക്കുറിച്ചുള്ള പരിചിന്തനങ്ങളൊന്നുമില്ലാതെ ആധുനികം, പുതിയത് എന്നിവയെ കൈക്കൊള്ളാൻ ശ്രമിക്കുന്ന കേരളീയർ, പുതിയ ലിപിയുടെ പരിമിതികളെ ഒരു തലത്തിൽ വിമർശനവിധേയമാക്കുമ്പോൾ മറുവശത്ത് അതിനെ കൈക്കൊള്ളുകയും ചെയ്തു. ഈ പ്രക്രിയയ്ക്കിടയിൽ, ടൈപ്പ്റൈറ്റിംഗ് മെഷീനിനുവേണ്ടി ചിട്ടപ്പെടുത്തിയ ലിപിസമ്പ്രദായമാണ്, വികലമായ ഭാഷാധാരണകൾക്കു വഴിവെക്കുന്ന ലിപിസമ്പ്രദായമാണ് ഇതെന്ന് നാം വിസ്മരിക്കുകയും ചെയ്തു. അതോടൊപ്പം, പരിഷ്കാരം ഇനിയും തുടരേണ്ടതാണെന്ന് ചിന്തിക്കുകയും വാദിക്കുകയും ചെയ്യുന്ന ഒരു സമൂഹം രൂപപ്പെടുകയും ചെയ്തിട്ടുണ്ട്. മലയാളലിപിക്കുണ്ടായിരുന്ന ഏതെങ്കിലും അവ്യവസ്ഥിതത്വമോ പരിമിതിയോ യുക്തിഭംഗമോ പരിഹരിക്കാനായിരുന്നില്ല ലിപിപരിഷ്കരണം. അതിനാൽ, ലിപിസമ്പ്രദായത്തിൽ അന്തർഹിതമായ യുക്തിരാഹിത്യം അവർ അന്വേഷിക്കുന്നു. ഉദാഹരണം പറയാം. മലയാളത്തിൽ വ്യഞ്ജനങ്ങൾക്കുശേഷമാണ് അതിനോട് ചേർന്നുള്ള സ്വരത്തിന്റെ ചിഹ്നങ്ങൾ എഴുതുന്നതെന്ന് സിദ്ധാന്തിക്കുന്നു. ഈ യുക്തിക്കെതിരാണ് എ, ഒ എന്നിവയുടെ ചിഹ്നങ്ങൾ എഴുതുന്നതെന്നു കണ്ടെത്തുക. ഇതു പരിഷ്കരിക്കാനായി പുതിയ ലിപി നിർദ്ദേശിക്കുക. ഇങ്ങനെ ഭാഷാപരിഷ്കരണവ്യഗ്രരായ ഒരു പുത്തൻസമൂഹത്തിന്റെ സൃഷ്ടികൂടി ലിപിപരിഷ്കരണത്തിന്റെ ഭാഗമായുണ്ടായിട്ടുണ്ട്. പണ്ഡിതന്മാരുടേയും പരിഷ്കരണവാദികളുടേയും അഭിപ്രായങ്ങൾ എന്തുതന്നെയായാലും ആകാവുന്നിടത്തോളം മലയാളം ലിപി തന്നെയാണ് നാം ഇന്ന് ഉപയോഗിക്കുന്നത്. സോഫ്റ്റ്വേറിന്റെ പരിമിതികാരണം ചിലേടത്തു

പുതിയലിപിയുടെ ചില ശേഷിപ്പുകൾ കടന്നുവരുന്നുണ്ടെന്നുമാത്രം.

ഒരു ഭാഷ കമ്പ്യൂട്ടറിലുപയോഗിക്കുവാൻ ആ ഭാഷയുടെ അടിസ്ഥാനസ്വര-വ്യഞ്ജനങ്ങളുടെ കോഡ് ചിട്ടപ്പെടുത്തുകയാണവേണ്ടത്. ലേഖനത്തിന്റെ തുടക്കത്തിൽ പറഞ്ഞതുപോലെ ഈ ദിശയിലുള്ള പരിശ്രമങ്ങൾ നേരത്തെ ആരംഭിച്ചിട്ടുണ്ട്. എന്നാൽ സാർവ്വലൗകികമായി കമ്പ്യൂട്ടർ ശൃംഖലയിലൂടെ വിവരവിനിമയം സാദ്ധ്യമാകണമെങ്കിൽ കോഡിംഗിന്റെ കാര്യത്തിൽ പൊതുസമ്മതമുണ്ടാവുകയും അത് സാർവ്വദേശീയമായ ഭാഷാകോഡിംഗ് വ്യവസ്ഥയിൽ ഉൾക്കൊള്ളിക്കപ്പെടുകയും വേണം. യൂനിക്കോഡ് (Unicode) കൺസോർഷ്യം എന്ന സംഘമാണ് ഈ പ്രവർത്തനത്തിന് നേതൃത്വം നല്കുന്നത്. മലയാളഭാഷയുടെ കോഡിന് യൂനികോഡിൽ സ്ഥാനം ലഭിച്ചിട്ടുണ്ട്. യൂനികോഡിന്റെ കോഡിംഗ് വ്യവസ്ഥിതിയിൽ ODOO മുതൽ OD7F വരെയുള്ള 128 കള്ളികൾ മലയാളത്തിനായി നീക്കിവെച്ചിട്ടുണ്ട്. മലയാളത്തിലെ അടിസ്ഥാനസ്വരങ്ങളും വ്യഞ്ജനങ്ങളും മലയാളം അക്കങ്ങളും ഇതിൽ സ്ഥാപിക്കപ്പെട്ടിട്ടുണ്ട്. എന്നിട്ടും മലയാളത്തിന് സംവരണംചെയ്ത കള്ളികൾ ഇനിയും ബാക്കിയാണ്.

നേരത്തെ ഇന്ത്യയിൽ സ്വീകരിച്ച ഇസ്ഫോക് (ISFOC) കോഡ് ഇന്ത്യൻഭാഷകൾക്ക് പൊതുവായ ഒരു പ്രവർത്തനതലം (Platform) സാദ്ധ്യമാക്കിയെങ്കിൽ യൂനികോഡിന്റെ അംഗീകാരത്തോടെ സാർവ്വലൗകികമായ ഒരു പ്രവർത്തനതലം സാദ്ധ്യമാവുകയാണ്. ഈ സന്ദർഭത്തിൽ കേരളസർക്കാരിന്റെ ഇൻഫർമേഷൻ മിഷനും വിവരസാങ്കേതികവിദഗ്ദ്ധരും ഔദ്യോഗികഭാഷാപണ്ഡിതന്മാരും അക്ഷരങ്ങളുടെ എണ്ണം കുറയ്ക്കാനുള്ള കഠിനപരിശ്രമത്തിൽ മുഴുകിയിരിക്കുകയാണ്. അവരുടെ നിർദ്ദേശങ്ങൾ യൂനികോഡ് അംഗീകരിക്കാതിരിക്കാൻ കാരണമെന്തെന്ന് ഇനിയും അവർ തിരിച്ചറിഞ്ഞിട്ടില്ലെന്നുവേണം കരുതാൻ.

കമ്പ്യൂട്ടറിൽ ഭാഷ ഉപയോഗിക്കുന്നതുമായി ബന്ധപ്പെട്ട മറ്റൊരു സാങ്കേതികത ഫോണ്ടുകളുമായി ബന്ധപ്പെട്ടതാണ്. കീബോർഡിൽ ടൈപ്പുചെയ്യുമ്പോൾ കമ്പ്യൂട്ടറിനകത്തെ പ്രോഗ്രാമിൽനിന്ന് നിർദ്ദേശങ്ങൾക്കനുസരിച്ച് ലിപിചിഹ്നങ്ങളെ ആ സ്ക്രീനിൽ കാണിക്കുന്ന പ്രക്രിയയിൽ ഫോണ്ടിന്റെ സാങ്കേതികതയ്ക്ക് നിർണ്ണായകസ്ഥാനമുണ്ട്. വിപണിയിൽ ലഭ്യമായ മലയാളം സോഫ്റ്റ്‌വേറുകൾ 8 ബിറ്റ് പ്രോഗ്രാമിൽ അധിഷ്ഠിതമാണെന്നതിനാൽ 256 ലിപിചിഹ്നങ്ങൾമാത്രമാണ് അച്ചടിയിൽ ലഭ്യമാക്കുന്നത്. മലയാളം അച്ചടിക്കാവശ്യമായ തൊള്ളായിരത്തിലേറെ ലിപിചിഹ്നങ്ങളുടെ നാലിൽ ഒരു ഭാഗം മാത്രമാണ്

ഇത്തരം സോഫ്റ്റ്‌വേറുകൾ ഉപയോഗിക്കുന്നത് . ഈ പരിമിതി, സവിശേഷമായ പ്രോഗ്രാമിങ്ങ് രീതിയിലൂടെ 'രചന' മറികടന്നിട്ടുണ്ട്. എന്നാൽ, മൈക്രോസോഫ്റ്റിന്റെ വിൻഡോസ് XP പ്രചാരത്തിൽ വന്നതോടെ ഫോണ്ട് സാങ്കേതികവിദ്യയിൽ ഓപ്പൺടൈപ്പ് (Open True Type) ഫോണ്ടുകൾ പ്രചാരത്തിലെത്തിയിട്ടുണ്ട്. വിൻഡോസ് XP യുടെ അപ്ഡേറ്റ് ഇതിനകം ബീറ്റാ വേർഷൻ എന്ന നിലയിൽ മൈക്രോസോഫ്റ്റ് പുറത്തിറക്കിയിട്ടുണ്ട്. ഇതിൽ മലയാളം ഓപ്പറേറ്റിംഗ് സിസ്റ്റത്തിന്റെ ഭാഗമായി ഉൾക്കൊള്ളിച്ചിട്ടുണ്ട്. ഇതിൽ ഓപ്പൺ ട്രൂ ടൈപ്പ് സാങ്കേതികവിദ്യയിലുള്ള മലയാളം ഫോണ്ടുകളാണുള്ളത്. 16 ബിറ്റ് പ്രോഗ്രാമിങ് അവലംബിക്കുന്നതിനാൽ ഒരു ഫോണ്ടിൽ മലയാളത്തിനാവശ്യമായ തൊള്ളായിരം ചിഹ്നങ്ങൾക്കുപുറമെ യഥേഷ്ടം ലിപിചിഹ്നങ്ങളെ ഉൾക്കൊള്ളിക്കുവാൻ അനായാസം സാധിക്കും. ലിപിചിഹ്നത്തിന്റെ ആധിക്യം കട്ടത്തപ്രശ്നമായി കണക്കാക്കുന്ന നമ്മുടെ പണ്ഡിതന്മാർ ഈ പുരോഗതി തിരിച്ചറിയേണ്ടതാണ്.

കമ്പ്യൂട്ടറിൽ ഭാഷയുപയോഗിക്കുന്നതിന്റെ താരതമ്യേന അപ്രധാനമായ ഭാഗമാണ് ടെക്സ്റ്റ് എഡിറ്റിംഗ്. വിവരവ്യവസ്ഥകൾ (Information Systems) ഉണ്ടാക്കുകയും കമ്പ്യൂട്ടർ ശൃംഖലയിൽ വിവരശേഖരണവും സംസ്കരണവും വിനിമയവും അനായാസം ചെയ്യുകയാണ് കമ്പ്യൂട്ടറിന്റെ പ്രധാനപ്പെട്ട പ്രവർത്തനം. കോഡിംഗിൽ ഐകരൂപ്യം കൈവരുന്നതോടെ ഇവ കൈകാര്യം ചെയ്യുന്നതിൽ അനായാസത കൈവരികയാണ് ചെയ്യുന്നത്.

വിവരസാങ്കേതികവിദ്യ ഭാഷയെ അപ്രസക്തമാക്കുകയല്ല ചെയ്യുന്നത്. അത് ഭാഷയുടെ വികാസത്തിന് കളമൊരുക്കുന്നു എന്നതാണ് യാഥാർത്ഥ്യം. വിവരം ഭാഷാപേക്ഷമായല്ലാതെ വിനിമയംചെയ്യുക അസാദ്ധ്യമാണ് എന്നതിനാൽ പുതിയ സാങ്കേതികവിദ്യ കൈകാര്യംചെയ്യുവാൻ ഭാഷയെ സജ്ജമാക്കുകയാണുവേണ്ടത്. ഇത്തരം ഒരു ദൗത്യമേല്ക്കണമെങ്കിൽ ഭാഷയെക്കുറിച്ചും സാങ്കേതികവിദ്യയെക്കുറിച്ചുമുള്ള പരിജ്ഞാനം ആവശ്യമാണ്. ഭാഷാസാങ്കേതികവിദ്യ (Language Technology) ഭാഷാപഠനത്തിന്റെ ഭാഗമായി പാഠ്യപദ്ധതിയിൽ ഉൾക്കൊള്ളിക്കേണ്ടതുണ്ട്. പുതിയ കാലത്തെ ദൗത്യങ്ങൾ ഏറ്റെടുക്കുവാനുള്ള പ്രാപ്തി അപ്പോഴാണ് നാം നേടുക.

ഇരിങ്ങൽ കൃഷ്ണന്റെ പത്രാധിപത്യത്തിൽ പ്രസിദ്ധീകരിച്ചിരുന്ന *മനുഷ്യത* മാസികയുടെ ഓണപ്പതിപ്പ് 2004-ലെ ലേഖനം

ഇന്റർനെറ്റ്കാലത്തെ മലയാളഭാഷാപ്രശ്നങ്ങൾ

മലയാളം ബ്ലോഗ്, മലയാളം വിക്കിപീഡിയ എന്നെല്ലാം ഇക്കഴിഞ്ഞ കുറേനാളായി പത്രമാദ്ധ്യമങ്ങളിൽ ആവർത്തിച്ച് പരാമർശിക്കപ്പെട്ടുകാണുന്നു. കമ്പ്യൂട്ടറിൽ മലയാളം ഉപയോഗിക്കാമെന്നും ഇന്റർനെറ്റിൽ മലയാളഭാഷയിൽ വിവരങ്ങൾ വിനിമയം ചെയ്യാമെന്നും കേരളീയസമൂഹം മനസ്സിലാക്കുന്നതിന് ഇത് വഴിയൊരുക്കിയിട്ടുണ്ട്. എന്നിരുന്നാലും, കമ്പ്യൂട്ടറിൽ മലയാളഭാഷ ഉപയോഗിക്കുന്നത് കേരളത്തിൽ ജീവിക്കുന്ന മലയാളികളേക്കാൾ വിദേശവാസികളാണ്. ബ്ലോഗ് എഴുതുന്നതിനുപുറമെ മലയാളത്തിൽ മെയിലയക്കാനും ചാറ്റ് ചെയ്യാനും ഇപ്പോൾ സാദ്ധ്യമാണ്. ഇത്തരം സാദ്ധ്യതകൾ ഉപയോഗപ്പെടുത്താത്തതിനാൽ കേരളത്തിലെ കമ്പ്യൂട്ടറുകൾ ഏറെയും അലങ്കാരവസ്തുക്കളായി ഉപയോഗിക്കപ്പെടുകയാണ്. വീടുകളിൽ മാത്രമല്ല ടെലിവിഷൻ വാർത്തകളിൽ ഉദ്യോഗസ്ഥമേധാവികളുടെയും മന്ത്രിമാരുടേയും ചേംബറുകളിൽ ഈ അലങ്കാരവസ്തുവിനെ കാണാവുന്നതാണ്.

ആദ്യത്തെ മലയാളം ബ്ലോഗ് 2003 ഏപ്രിൽ മാസത്തിലാണ് പ്രസിദ്ധീകരിക്കപ്പെട്ടത്. അതിനു ശേഷം ഈ മാദ്ധ്യമത്തിന്റെ സാദ്ധ്യതകൾ തിരിച്ചറിഞ്ഞ നിരവധി പേർ ബ്ലോഗുകൾ ഉണ്ടാക്കി. തുടക്കത്തിൽ പതുക്കെയായിരുന്നുവെങ്കിലും ഇപ്പോൾ ഓരോ ആഴ്ചയിലും ഇരുന്നൂറോളം പുതിയ ബ്ലോഗുകൾ ഉണ്ടാകുന്നുണ്ട്. അവയിൽ ഏറെയും നിരന്തരമായി

പുതിയ പോസ്റ്റുകൾ പ്രസിദ്ധീകരിച്ച് സജീവമായി നില്ക്കുന്നവയുമാണ്. ബ്ലോഗ് പോലെ സജീവമാണ് മലയാളം വിക്കിപീഡിയയും. താല്പര്യമുള്ള ആർക്കും ലേഖനങ്ങൾ എഴുതാവുന്നതും തിരുത്തലുകളിലൂടെ ലേഖനങ്ങൾ മെച്ചപ്പെടുത്താവുന്നതുമായ സ്വതന്ത്രവിജ്ഞാനകോശമാണ് വിക്കിപീഡിയ. അഞ്ചു വയസ്സ് പൂർത്തിയാക്കിയ മലയാളം വിക്കിപീഡിയയിൽ അയ്യായിരത്തിലധികം ലേഖനങ്ങൾ ഉണ്ട്. ഒരു ലക്ഷം തിരുത്തലുകൾ വിക്കിപീഡിയയിൽ ഇതിനകം നടന്നു കഴിഞ്ഞിട്ടുണ്ട്. ഇന്റർനെറ്റിലെ മലയാളത്തിന്റെ സജീവത വ്യക്തമാക്കാൻ ഈ കണക്കുകൾ പര്യാപ്തമാണ് . ഈ അവസ്ഥയിലും ഇത്തരം സാദ്ധ്യതകൾ ഉപയോഗിക്കുന്നതിൽ നമ്മുടെ സർക്കാർവകുപ്പുകൾ തികഞ്ഞ അലംഭാവമാണ് കാണിക്കുന്നത്. കേരള സർക്കാരിന്റെ ഔദ്യോഗിക വെബ്സൈറ്റ് ഈ ലേഖനം എഴുതുന്നസമയത്തും ആംഗലത്തിലാണ്. ഭരണഭാഷ മലയാളമാക്കുന്നതിൽ നാം പുലർത്തുന്ന നിഷ്കർഷയുടെ മികച്ച ഉദാഹരണമാണിത്.

ഇന്റർനെറ്റിലെ മലയാളം അനായാസമായത് യൂനിക്കോഡ് എൻകോഡിംഗിനെത്തുടർന്നാണ്. മലയാളത്തിന്റെ യൂനിക്കോഡ് എൻകോഡിംഗിനെക്കുറിച്ച് ഇപ്പോൾ ചില തർക്കങ്ങൾ നിലവിലുണ്ട്. ഭാഷാപരവും സാങ്കേതികവുമായ പരിജ്ഞാനം ഈ പ്രശ്നങ്ങൾ മനസ്സിലാക്കാനും അവയ്ക്ക് പരിഹാരം കാണാനും ആവശ്യമാണ്. എന്നാൽ കേരളത്തിലെ ഭാഷാപണ്ഡിതന്മാരോ വിവരസാങ്കേതികതാ വിദഗ്ധരോ ഈ പ്രശ്നത്തെക്കുറിച്ച് സഗൗരവം പഠിക്കുകയോ അഭിപ്രായം രൂപീകരിക്കുകയോ ചെയ്തിട്ടില്ല. എന്താണ് ഈ പ്രശ്നം എന്നുപോലും ശരിയായ രീതിയിൽ മനസ്സിലാക്കാൻ ഔദ്യോഗികഭാഷാസ്ഥാപനങ്ങൾക്ക് ഇനിയും കഴിഞ്ഞിട്ടില്ല. എന്താണ് യൂനിക്കോഡ് എൻകോഡിംഗിലെ പ്രശ്നം എന്ന് വിശദീകരിക്കാനുള്ള ഒരു ശ്രമമാണ് ഈ ലേഖനം.

ലോകത്തിലെ പ്രമുഖ കമ്പ്യൂട്ടർനിർമ്മാണക്കമ്പനികളും സോഫ്റ്റ്വേർകമ്പനികളുംചേർന്ന് രൂപീകരിച്ച ഒരു സംഘടനയാണ് കാലിഫോർണിയ ആസ്ഥാനമായ യൂനിക്കോഡ് കൺസോർഷ്യം. ലോകത്തിലെ എല്ലാ ഭാഷകളും അനായാസം ഫലപ്രദമായി കമ്പ്യൂട്ടറിൽ ഉപയോഗിക്കാനും ഇന്റർനെറ്റ് വഴി ഈ ഭാഷകളിൽ വിവരവിനിമയം അനായാസമാക്കാനും സഹായകമായ സാങ്കേതികവിദ്യ രൂപപ്പെടുത്തുക എന്നതാണ് ഈ കൺസോർഷ്യത്തിന്റെ ഉദ്ദേശ്യലക്ഷ്യം. അതിനായി അവർ ചിട്ടപ്പെടുത്തിയ ഭാഷാകോഡുകളാണ് യൂനിക്കോഡ് എന്ന പേരിൽ അറിയപ്പെടുന്നത്. ലോകത്തിലെ ഭാഷകൾക്കെല്ലാം ഓരോ

കോഡ് പേജുകൾ യൂനിക്കോഡിൽ നല്കിയിട്ടുണ്ട്. മലയാളത്തിന്റെ യൂനിക്കോഡ് കോഡ്പേജ് നിലവിൽ വരികയും സോഫ്റ്റ്‌വേർ നിർമ്മാതാക്കൾ ഇത് പിന്തുടരുകയും ചെയ്തതിനാലാണ് ഇന്ന് ഇന്റർനെറ്റിൽ നേരത്തെ പറഞ്ഞതുപോലെ മലയാളം ഉപയോഗിക്കാൻ സാധിക്കുന്നത്.

വിൻഡോസ് എക്സ് പി (xp) എന്ന ഓപ്പറേറ്റിംഗ് സിസ്റ്റത്തിന്റെ സർവ്വീസ് പായ്ക്ക് രണ്ടിലാണ് മലയാളത്തിന്റെ കോഡുകൾ മൈക്രോസോഫ്റ്റ് ആദ്യമായി ഉൾക്കൊള്ളിക്കുന്നത്. ഈ ഓപ്പറേറ്റിംഗ് സിസ്റ്റം അതിന്റെ രണ്ടാമത്തെ സർവ്വീസ് പായ്ക്ക് സഹിതം ഇൻസ്റ്റൾ ചെയ്ത കമ്പ്യൂട്ടറിൽ മറ്റൊരു ഭാഷാസോഫ്റ്റ്‌വേറുമില്ലാതെ മലയാളം ഉപയോഗിക്കാൻ സാധിക്കും. ഗ്നു ലിനക്സിന്റെ ഒട്ടുമിക്ക ഡിസ്ട്രിബ്യൂഷനുകളിലും മലയാളം ഉൾക്കൊള്ളിച്ചിട്ടുണ്ട്. ഐ ടി സ്കൂൾ ഉപയോഗിക്കുന്ന ഡെബിയാന്റെ കസ്റ്റമൈസ്ഡ് വേർഷൻ, തികച്ചും സൗജന്യമായി ലഭിക്കുന്ന ഉബണ്ടു, പ്രശസ്തമായ ഫെഡോറ എന്നിവയെല്ലാം പ്രയാസമില്ലാതെ മലയാളം ഉപയോഗിക്കാൻ സാധിക്കുന്ന ലിനക്സ് ഡിസ്ട്രിബ്യൂഷനുകളാണ്.

മലയാളത്തിന് ഇന്ന് യൂനിക്കോഡിൽ നിലവിലിരിക്കുന്ന കോഡ് പേജ് പരിഷ്കരിക്കണമെന്ന നിർദ്ദേശത്തെത്തുടർന്നാണ് തർക്കങ്ങൾ ഉടലെടുത്തത് യൂനിക്കോഡിൽ ചില്ല് അക്ഷരമില്ല എന്നും ചില്ലക്ഷരം മലയാളത്തിന് ആവശ്യമില്ല എന്ന് ചിലർ വാദിക്കുന്നുവെന്നെല്ലാം പ്രചരിപ്പിക്കുന്നത് ഈ തർക്കത്തിന്റെ അടിസ്ഥാനത്തിലാണ്. എന്താണ് ഇതിന്റെ വാസ്തവം എന്നു മനസ്സിലാക്കേണ്ടതുണ്ട്. മലയാളിസമൂഹത്തിന്റെ ഭാഷയെ സംബന്ധിക്കുന്ന ജീവൽപ്രധാനമായ ഒരു കാര്യം കാലിഫോർണിയയിൽ ലോകത്തിലെ കുത്തക കമ്പ്യൂട്ടർനിർമ്മാതാക്കളും സോഫ്റ്റ്‌വേർകമ്പനികളും കേരളത്തിലെ ജനങ്ങൾ അറിയാതെ തീരുമാനിക്കുന്നുവെന്നത് വിവരം നിഗൂഢവത്കരിക്കുന്നതിനെ എതിർക്കുന്നവരെങ്കിലും പുറത്തറിയിക്കേണ്ടതാണ്. ഭാരതീയഭാഷകളുടെ യൂനിക്കോഡ് എൻകോഡിംഗിനെക്കുറിച്ച് അഭിപ്രായം പറയാൻ ഇൻഡിക് മെയിലിംഗ് ലിസ്റ്റ് എന്ന ഒരു സംവിധാനം യൂനിക്കോഡ് കൺസോർഷ്യത്തിനുണ്ട്. അവിടെ അഭിപ്രായം പറയാമെന്നല്ലാതെ അത് യൂനിക്കോഡ് സ്വീകരിച്ചുകൊള്ളും എന്ന വ്യവസ്ഥയൊന്നുമില്ല. തീരുമാനങ്ങൾ കൈക്കൊള്ളുന്നത് അതിനായി നിയോഗിച്ചിട്ടുള്ള കമ്മിറ്റിയാണ്. മെയിലിംഗ് ലിസ്റ്റിൽ കേരളത്തിലെ ഭാഷാപണ്ഡിതന്മാരിൽ ഒരാളും ഇക്കാലത്തിനിടയിൽ അഭിപ്രായം പറയാൻ എത്തിയിട്ടില്ല. കാരണം ലളിതമാണ്. അവർ ആരും ഈ സംവിധാനത്തെക്കുറിച്ചോ

അവിടെ നടക്കുന്ന ചർച്ചയെക്കുറിച്ചോ അറിഞ്ഞിട്ടില്ല. കടുത്ത കമ്പ്യൂട്ടർവിരുദ്ധനിലപാടുണ്ടായിരുന്ന കേരളത്തിൽ ഇന്നും മഹാഭൂരിപക്ഷം ബുദ്ധിജീവികളും കമ്പ്യൂട്ടറുമായോ ഇന്റർനെറ്റുമായോ പരിചയം നേടിയിട്ടില്ലാത്തവരാണ്. ഇത് ഒരു ഐ. ടി പ്രശ്നം എന്നനിലയിൽ ഭാഷാവിദഗ്ധരും ഇതൊരു ഭാഷാപ്രശ്നംഎന്ന നിലയിൽ ഐ. ടി വിദഗ്ധരും കണക്കാക്കുന്നു. ചുരുക്കത്തിൽ കേരളത്തിൽ ആരുടേയും പരിഗണനയിൽ വരാതെ കിടന്ന പ്രശ്നമാണിത്. അതിനാൽ ഇൻഡിക് മെയിലിംഗ് ലിസ്റ്റിൽ ചർച്ചചെയ്ത മലയാളഭാഷാപ്രശ്നം ലഘുവായി ഇവിടെ പരാമർശിക്കാം.

പ്രധാന തർക്കവിഷയം മലയാളത്തിലെ ചില്ലക്ഷരങ്ങൾക്ക് പ്രത്യേകം കോഡ് പോയിൻറുകൾ നല്കേണ്ടതുണ്ടോ എന്നതാണ്. പ്രത്യേകം കോഡ് പോയിന്റ് നല്കണം എന്നു വാദിക്കുവാൻ കാരണം എന്ത്? പ്രത്യേകം കോഡ് പോയിന്റ് നല്കിയാൽ എന്തെങ്കിലും ദോഷമുണ്ടോ? ചില്ലക്ഷരങ്ങൾക്ക് കോഡ് പോയിന്റുകൾ നല്കുന്നത് എതിർക്കുവാൻ കാരണമെന്ത്? ഇക്കാര്യം മനസ്സിലാക്കാൻ അല്പം സാങ്കേതികജ്ഞാനം ആവശ്യമാണ്.

ടൈപ്പ്റൈറ്ററിന്റേതു പോലുള്ള കീബോർഡാണ് കമ്പ്യൂട്ടറിനും ഉള്ളത്. എങ്കിലും പ്രവർത്തനരീതി വ്യത്യസ്തമാണ്. കീബോർഡിലെ ഒരു കീ അമർത്തുമ്പോൾ കമ്പ്യൂട്ടറിനകത്ത് സൂക്ഷിച്ചിട്ടുള്ള വിവരങ്ങളിൽനിന്ന് ആ കീയുമായി ബന്ധപ്പെടുത്തി സൂക്ഷിച്ചിട്ടുള്ള വിവരം അനുസരിച്ച് പ്രവർത്തിക്കുകയാണ് കമ്പ്യൂട്ടർ ചെയ്യുന്നത്. ഒരു അക്ഷരം ടൈപ്പ് ചെയ്യുമ്പോഴും സംഭവിക്കുന്നത് ഇതുതന്നെയാണ്. കമ്പ്യൂട്ടറിനകത്ത് വിവരങ്ങൾ കോഡ് രൂപത്തിലാണ് സംഭരിച്ച് സൂക്ഷിക്കുന്നത്. ഇതിനായി 0, 1 എന്നീ സംഖ്യകളുടെ ഒരു ശൃംഖലയാണ് കമ്പ്യൂട്ടർ ആന്തരികമായി ഉപയോഗിക്കുന്നത്. ഭാരതീയഭാഷകൾ കമ്പ്യൂട്ടറിൽ ഉപയോഗിക്കാൻ ആവശ്യമായ ഇത്തരം വിവരങ്ങൾ ഓരോ സോഫ്റ്റ്വേർ നിർമ്മാതാവും സ്വന്തം യുക്തിക്ക് അനുസൃതമായി ചിട്ടപ്പെടുത്തി ഉപയോഗിക്കുകയാണ് ചെയ്തിരുന്നത്. ഇക്കാരണത്താൽ കോഡുകളുടെ നിരവധി വ്യവസ്ഥകൾ നിലവിലുണ്ടായിരുന്നു. അക്കാരണത്താൽ, ഒരു സോഫ്റ്റ്വേർ ഉപയോഗിച്ച് മലയാളം ഉൾപ്പെടെയുള്ള ഭാരതീയഭാഷയിൽ ടൈപ്പുചെയ്ത ഒരു രചന മറ്റൊരു സോഫ്റ്റ്വേർ ഉപയോഗിക്കുന്ന കമ്പ്യൂട്ടറിൽ വായിക്കാൻ സാധിക്കുമായിരുന്നില്ല. ഈ പ്രശ്നം പരിഹരിക്കണമെങ്കിൽ എല്ലാ കമ്പ്യൂട്ടറും ഒരേ കോഡുകൾതന്നെ ഉപയോഗിക്കണം. കമ്പ്യൂട്ടറുകൾക്കിടയിൽ വിവരവിനിമയം സാധിക്കുന്നതിന് മാനകീകരിച്ച കോഡുകൾ

ഉപയോഗിച്ച് ഭാഷാസോഫ്റ്റ്‌വേറുകൾ നിർമ്മിക്കേണ്ടിയിരുന്നു. കേന്ദ്ര സർക്കാരിന്റെ ഇലക്ട്രോണിസ് വിഭാഗം 1986-88 കാലത്താണ് ഭാരതീയഭാഷകളുടെ കോഡുകളുടെ മാനകീകരണം നടത്തിയത്. ഈ വ്യവസ്ഥ പിന്തുടരുന്നതാണ് കമ്പ്യൂട്ടർ ടൈപ്പ്സെറ്റിംഗിനായി ഇന്ന് ഉപയോഗിക്കുന്ന ഭാരതീയഭാഷാ സോഫ്റ്റ്‌വേറുകൾ.

എന്നാൽ ഇതുപയോഗിച്ച് ഇന്റർനെറ്റിൽ അനായാസമായി വിവരവിനിമയം സാധിക്കുകയില്ലായിരുന്നു. വെബ് ഫോണ്ടുകളും ബിറ്റ്സ്ട്രീം സാങ്കേതികവിദ്യയും ഉപയോഗിച്ചാണ് അക്കാലത്ത് ഇന്റർനെറ്റിൽ മലയാളം ഉപയോഗിച്ചിരുന്നത്. ഓരോ പത്രവും അവരുടെ സ്വന്തം ഫോണ്ട് ഉപയോഗിക്കുന്നു. പ്രസ്തുത ഫോണ്ട് നമ്മുടെ കമ്പ്യൂട്ടറിൽ ഇൻസ്റ്റൾ ചെയ്താലേ ആ പത്രം നമുക്ക് വായിക്കാനാകൂ. നാലു പത്രം വായിക്കാൻ നാല് ഫോണ്ട്!

ഫോണ്ടിനെ ആശ്രയിച്ചും അതിന്റെ സാങ്കേതികവിദ്യയ്ക്ക് വിധേയമായും ഭാഷ ഉപയോഗിക്കുന്ന പ്രയാസം ഇല്ലാതാക്കിയത് യൂനിക്കോഡ് എൻകോഡിംഗാണ്. ഒരു യൂനിക്കോഡ് ഫോണ്ട് കമ്പ്യൂട്ടറിൽ ഉണ്ടായാൽ യൂനിക്കോഡ് കോഡിംഗ് വ്യവസ്ഥ പിന്തുടരുന്ന രചന നമുക്ക് അത് തയ്യാറാക്കിയവർ ഉപയോഗിച്ച ഫോണ്ട് നമ്മൾ ഉപയോഗിക്കുന്നില്ലെങ്കിലും വായിക്കാം. കോഡുകൾക്ക് കമ്പ്യൂട്ടറിലെ ഭാഷാരചനയിൽ നിർണ്ണായകമായ പ്രാധാന്യമാണുള്ളത്. ഒരു ഭാഷയിലെ അടിസ്ഥാനാക്ഷരങ്ങൾക്കാണ് കോഡുകൾ നല്കുന്നത്. അക്ഷരങ്ങളുടെ ഇരട്ടിപ്പ്, കൂട്ടക്ഷരങ്ങൾ തുടങ്ങിയവ അടിസ്ഥാനാക്ഷരങ്ങൾ ചേർന്ന് ഉണ്ടാകുന്നവയാണ് എന്നതിനാൽ അവ ഏതൊക്കെ കൂട്ടക്ഷരങ്ങൾ ചേർന്നാണോ രൂപപ്പെടുന്നത് അവ ചേർത്ത് രൂപപ്പെടുത്തുയാണ് ടൈപ്പുചെയ്യുമ്പോൾ ചെയ്യുന്നത്. ഉദാഹരണമായി ത,ചന്ദ്രക്കല എന്നിവ ഉണ്ടെങ്കിൽ തത്ത എന്ന് ടൈപ്പ് ചെയ്യാം. ത, ത, ചന്ദ്രക്കല, ത എന്നു ടൈപ്പു ചെയ്താൽ മതി. ചന്ദ്രക്കല അക്ഷരങ്ങളെ യോജിപ്പിക്കുവാനുള്ള കോഡിനെ പ്രതിനിധാനം ചെയ്യുന്നു. ചില്ലുകളും ഇങ്ങനെ ഉണ്ടാക്കിയെടുക്കുയാണ് ചെയ്യുന്നത്. കാരണം, ഓരോ ചില്ലക്ഷരവും ചില അടിസ്ഥാനാക്ഷരവുമായി ബന്ധപ്പെട്ടതാണ് എന്നതു തന്നെ. ഉദാഹരണമായി ല, ചന്ദ്രക്കല, നുക്ത > ൽ. ന, ചന്ദ്രക്കല, നുക്ത > ൻ.

ഭാരതീയഭാഷകളുടെ കോഡുകൾ നിശ്ചയിക്കുന്ന പ്രക്രിയയിൽ ശ്രദ്ധേയമായ സംഭാവനയാണ് ഇസ്കി എൻകോഡിംഗ് അടിസ്ഥാനമാക്കിയ ഇസ്ഫോക് കോഡിൽ സി ഡാക്ക് നല്കിയത് എല്ലാ ഭാരതീയഭാഷകളും അക്ഷരമാലയിൽ ഒരേ ക്രമം പിന്തുടരുന്നവയാണല്ലോ.

അക്ഷരങ്ങളുടെ എണ്ണവും സാദൃശ്യവും ഇവയുടെ ക്രമവും എല്ലാ ഇന്ത്യൻഭാഷകളും ഒരേ കോഡിംഗിന്റെ അടിസ്ഥാനത്തിൽ ഉപയോഗിക്കാമെന്ന പൂർവ്വാനുമാനത്തിനു അടിസ്ഥാനമായി. അതിനാൽ ഭാഷ മാറ്റി എല്ലാ ഭാരതീയഭാഷകളും ഒരേ രീതിയിൽ ഉപയോഗിക്കാവുന്ന ഒരു വ്യവസ്ഥ അവർ രൂപീകരിച്ചു. ഇവ ടൈപ്പ് ചെയ്യാൻ എല്ലാ ഭാഷകൾക്കും ഒരേ കീബോർഡ് എന്നതും അവർ യാഥാർത്ഥ്യമാക്കി. അതിനാൽ സിഡാക്കിന്റെ ഐ എസ് എം പരമ്പരയിൽപ്പെട്ട സോഫ്റ്റ്‌വേർ ഉപയോഗിക്കുന്നപക്ഷം മലയാളം ടൈപ്പ്ചെയ്യുന്നതിനിടയിൽ ഭാഷ ഹിന്ദിയോ ബംഗാളിയോ മറ്റേതെങ്കിലും ഭാരതീയഭാഷയോ ആക്കിമാറ്റി ആ ഭാഷയിലെ വാക്ക് ടൈപ്പ് ചെയ്യാം. അതിനു വേണ്ടി ആ ഭാഷയുടെ കീബോർഡ് പരിശീലിക്കേണ്ടതില്ല. ഈ കീബോർഡ് ലേഔട്ട് ഇൻസ്ക്രിപ്റ്റ് കീബോർഡ് എന്ന പേരിൽ അറിയപ്പെടുന്നു. ഭാരതീയഭാഷകളുടെ സ്വനപരവും ലിപിപരവുമായ സവിശേഷതകൾ അടിസ്ഥാനമാക്കി ചിട്ടപ്പെടുത്തിയ യുക്തിഭദ്രവും സൗകര്യപ്രദവുമായ വ്യവസ്ഥയാണ് സിഡാക്ക് നല്കിയിട്ടുള്ളത്.

ഭാരതീയഭാഷകളുടെ മാനകീകരണത്തിന് സി ഡാക്ക് ഉപയോഗിച്ച വ്യവസ്ഥ അതേപടി ഉപയോഗിച്ചാണ് യൂനിക്കോഡിന്റെ കോഡുകൾ നിശ്ചയിച്ചത്. അതിനാൽ ചില്ല്, അക്ഷരങ്ങളുടെ ഇരട്ടിപ്പ്, കൂട്ടക്ഷരം എന്നിവ അടിസ്ഥാനാക്ഷരത്തിൽനിന്നും ഉണ്ടാക്കിയെടുക്കുകയാണ് യൂനിക്കോഡിൽ ചെയ്യുന്നത്. നേരത്തെ ഇന്ത്യൻ ഭാഷകളുടെ കോഡിനെ പ്രാവർത്തികമാക്കാൻ ഉണ്ടാക്കിയ ഇസ്ഫോക് എന്ന എൻകോഡിംഗിന്റെ ഭാഗമായി മുമ്പ് സൂചിപ്പിച്ച നുക്ത എന്ന സംവിധാനം ഉപയോഗിച്ചായിരുന്നു ചില്ലുകൾ ഉണ്ടാക്കിയിരുന്നത്. യൂനിക്കോഡിൽ സീറോ വിഡ്ത്ത് ജോയിനർ (ZWJ) എന്ന സംവിധാനമാണ് നുക്തയ്ക്കു പകരം ഉപയോഗിക്കുന്നത്. അതാവട്ടെ ഇന്ത്യൻ ഭാഷകൾക്കു മാത്രമല്ല ലോകത്തിലെ നിരവധി ഭാഷകളുടെ കാര്യത്തിൽ ഉപയോഗിക്കുന്ന സംവിധാനമാണ്. അടിസ്ഥാനാക്ഷരവും വിരാമ എന്ന് പേരിട്ടിരിക്കുന്ന ചന്ദ്രക്കലയും സീറോ വിഡ്ത്ത് ജോയിനറുമാണ് ചില്ലക്ഷരം ഉണ്ടാക്കിയെടുക്കാനായി ഉപയോഗിക്കുന്നത്. ഉദാഹരണമായി ൻ എന്ന ചില്ലക്ഷരം ന, ചന്ദ്രക്കല, സീറോ വിഡ്ത്ത് ജോയിനർ (ZWJ) എന്നിവ ടൈപ്പ് ചെയ്താണ് ഉണ്ടാക്കുന്നത്. ഇക്കാരണത്താൽ അക്ഷരമാലയിൽ കാണുന്ന ചില്ലക്ഷരങ്ങൾ മലയാളത്തിന്റെ കോഡ് പേജിൽ കാണില്ല. അത് അടിസ്ഥാനാക്ഷരമായല്ല ഇവിടെ പരിഗണിക്കപ്പെടുന്നത് എന്നതിനാലാണത്. ഈ രീതിക്കു പകരം ചില്ലിന് പ്രത്യേകം കോഡ്

വേണം എന്നാണ് ഒരു വിഭാഗം വാദിക്കുന്നത്. ഈ വാദത്തെ മറ്റൊരു വിഭാഗം നിരവധി ന്യായങ്ങൾ ഉന്നയിച്ച് എതിർക്കുന്നു. ഇതാണ് ഇന്ന് യൂനിക്കോഡിലെ മലയാളം എൻകോഡിംഗ് സംബന്ധമായ ഏറ്റവും വലിയ തർക്കം.

ഒരു ഭാഷ ഓപ്പറേറ്റിംഗ് സിസ്റ്റത്തിന്റെ ഭാഗമാകുന്നതോടെ കമ്പ്യൂട്ടറിന്റെ അടിസ്ഥാനപരമായ ഭാഷാശേഷിയിൽ പ്രസ്തുതഭാഷകൂടി ഉൾപ്പെടുന്നുവെന്നതിനാലാണ് യൂനിക്കോഡിലെ മലയാളത്തിന്റെ കോഡുകൾ വമ്പിച്ച ഒരു പ്രശ്നമാകുന്നത്. ഡി. ടി. പി. യുടെ തലത്തിൽ നടത്തുന്ന പ്രവർത്തനത്തിനപ്പുറം കമ്പ്യൂട്ടർ ഉപയോഗിച്ചുചെയ്യുന്ന എല്ലാ പ്രവർത്തനങ്ങൾക്കും പ്രസ്തുതഭാഷ ഉപയോഗിക്കാം എന്നു വരുമ്പോൾ തെറ്റില്ലാതെ അനായാസം ഭാഷ കൈകാര്യം ചെയ്യാനാകേണ്ടതുണ്ട്. ചില്ലക്ഷരത്തിന് പ്രത്യേക കോഡ് നല്കുകയും ഭാഷയിലെ അടിസ്ഥാനാക്ഷരമായി പരിഗണിക്കുകയും ചെയ്യുമ്പോൾ സംഭവിക്കുന്ന പ്രശ്നങ്ങളെക്കുറിച്ച് ഉന്നയിക്കപ്പെട്ട വാദമുഖങ്ങൾ മനസ്സിലാക്കേണ്ടത് ഇക്കാരണത്താൽ പ്രാധാന്യമുള്ള കാര്യമാണ്.

യൂനിക്കോഡ് എൻകോഡിംഗ് വ്യവസ്ഥയനുസരിച്ച് കമ്പ്യൂട്ടറിൽ മലയാളം ടൈപ്പുചെയ്യാൻ അടിസ്ഥാനാക്ഷരങ്ങളും വിരാമ എന്നു പേരിട്ടിരിക്കുന്ന ചന്ദ്രക്കലയും സീറോ വിഡ്ത്ത് ജോയിനർ (ZWJ), സീറോ വിഡ്ത്ത് നോൺജോയിനർ (ZWNJ) എന്നീ ഒരു ക്രമീകരണങ്ങളും ഉപയോഗിക്കുന്നു ചില്ലക്ഷരം നിർമ്മിച്ചെടുക്കാൻ സീറോ വിഡ്ത്ത് ജോയിനർ (ZWJ) ഉപയോഗിക്കുന്നതിനെക്കുറിച്ച് നേരത്തെ പറഞ്ഞിട്ടുണ്ടല്ലോ. ഓരോ അക്ഷരത്തിനും ഒരു നിശ്ചിത വലുപ്പം ഉണ്ട്. എന്നാൽ അങ്ങനെയല്ലാത്തതും അക്ഷരത്തിന്റെ രൂപത്തിൽ മാറ്റം വരുത്തുന്നതുമായ ക്രമീകരണമാണ് ജോയിനർ. നോൺ ജോയിനർ ആവട്ടെ, പേര് സൂചിപ്പിക്കുന്നതു പോലെ അക്ഷരങ്ങൾ കൂടിച്ചേരുന്നതിനെ തടയുവാനുള്ള ക്രമീകരണമാണ് എന്ന് ചുരുക്കിപ്പറയാം. ജോയിനറും നോൺ ജോയിനറും കൺട്രോൾ ഫോർമാറ്റിംഗ് ക്യാറക്ടേഴ്സ് ആണ് എന്നാണ് സാങ്കേതികമായി പറയുക. ടൈപ്പ് ചെയ്ത ഒരു രചനയിൽ അക്ഷരങ്ങൾ ചെരിഞ്ഞതാക്കുക (ഇറ്റാലിക്സ്), കട്ടിയുള്ളതാക്കുക (ബോൾഡ് ഫെയ്സ്) എന്നിങ്ങനെയുള്ള കാര്യങ്ങൾ ഫോർമാറ്റിംഗിന്റെ ഭാഗമായി ചെയ്യുന്ന പ്രവർത്തനങ്ങളാണ്. ഇത്തരം പ്രവർത്തനമാണ് ജോയിനർ ചെയ്യുന്നതെന്നും അതിനാൽ ചില പ്രശ്നങ്ങൾ ഉണ്ടാകാനിടയുണ്ടെന്നുമാണ് ചില്ലക്ഷരത്തിന് കോഡ് പോയിന്റ് വേണം എന്നു വാദിക്കുന്നവർ ഉന്നയിക്കുന്ന പ്രധാനയുക്തി.

ഇപ്പോഴത്തെ നിലയിൽ യൂനിക്കോഡിന്റെ കോഡ് പേജിൽ വ്യവസ്ഥചെയ്യപ്പെട്ട വിധത്തിൽ മലയാളം തെറ്റുകൂടാതെ ഉപയോഗിക്കാൻ സാധിക്കും. ഫോർമാറ്റിംഗ് കൺട്രോൾ ക്യാറക്ടറുകളാണ് ജോയിനറുകൾ എന്നത് ഒരു നിലയിലും ഇന്നത്തെ അവസ്ഥയിൽ അച്ചടിയിലും വെബ്ബിലുമുള്ള ഭാഷോപയോഗത്തെ പ്രശ്നത്തിലാക്കുന്നില്ല. പത്രം അച്ചടിക്കുക, പുസ്തകങ്ങൾ തയ്യാറാക്കുക എന്നിങ്ങനെയുള്ള പ്രവർത്തനങ്ങൾക്കൊന്നും ഇപ്പോഴത്തെ വ്യവസ്ഥ ഒരു തടസ്സവുമല്ല. സാങ്കേതികമായ ഭാഷയിൽ പറഞ്ഞാൽ ടെക്സ്റ്റ് എഡിറ്റിംഗിന്റെ തലത്തിലോ വെബ്ബിലോ ഇപ്പോൾ യൂനിക്കോഡിൽ നിലവിലുള്ള വ്യവസ്ഥയ്ക്ക് ഒരു പ്രശ്നവുമില്ല. ഒരു ചില്ലക്ഷരം ടൈപ്പ് ചെയ്യാൻ മൂന്ന് കീകൾ അമർത്തേണ്ടിവരും എന്നു തോന്നാം. കൂട്ടക്ഷരങ്ങൾ, ഇരട്ടിപ്പുകൾ എന്നിവ ടൈപ്പുചെയ്യാനും മൂന്ന് കീകൾ തന്നെ ഉപയോഗിക്കുന്നു. വേണമെങ്കിൽ ഇത് കീബോർഡ് വിന്യസനത്തിൽ പരിഹരിക്കാവുന്ന പ്രശ്നംമാത്രമാണ്. അത് പരിഹരിച്ചിട്ടുമുണ്ട്. ഉദാഹരണമായി, ഐ ടി സ്കൂൾ ഉപയോഗിക്കുന്ന ഡബിയാൻ ലിനക്സിന്റെ കസ്റ്റമൈസ്ഡ് വേർഷനിൽ നുക്ത എന്ന് ഇൻസ്ക്രിപ്റ്റ് കീബോർഡിൽ വിളിക്കുന്ന ഒരു കീയിൽ ചില്ല് രൂപപ്പെടുത്തുവാൻ ക്രമപ്പെടുത്തിയിട്ടുണ്ട്. മലയാളത്തിന്റെ കാര്യത്തിൽ കീബോർഡിൽ ഓരോ അക്ഷരത്തിനും സുനിശ്ചിതമായ സ്ഥാനം എന്നത് വളരെ ഗുരുതരമായ പ്രശ്നമല്ല. നിലവിൽ ഏറ്റവുമധികം പ്രൊഫഷനൽ ടൈപ്പിസ്റ്റുകൾ ഉപയോഗിക്കുന്നത് സിഡാക് എന്ന സ്ഥാപനം ചിട്ടപ്പെടുത്തിയ ഇൻസ്ക്രിപ്റ്റ് കീബോർഡാണ്. അതിൽ മാത്രമേ നുക്ത എന്ന സങ്കല്പം തന്നെയുള്ളൂ. വിദേശമലയാളികൾ മഹാഭൂരിപക്ഷവും ട്രാൻസ്ലിറ്ററേഷൻ കീബോർഡ് എന്ന ഒരു ക്രമീകരണമാണ് പിന്തുടരുന്നത്. അതാകട്ടെ, ഇംഗ്ലീഷിൽ ടൈപ്പ് ചെയ്താൽ മലയാളം കിട്ടാവുന്ന ക്രമീകരണമാണ്. അതിൽത്തന്നെ നിരവധി വ്യത്യസ്തങ്ങളായ രീതികൾ നിലവിലുണ്ട്.

ചില്ലക്ഷരത്തിന് കോഡ് പേജിൽ അടിസ്ഥാനാക്ഷരങ്ങളോടൊപ്പം സ്ഥാനം വേണം എന്ന് വാദിക്കുന്നവർ ചില ഉദാഹരണങ്ങൾ കാണിച്ചാണ് തങ്ങളുടെ വാദമുഖം അവതരിപ്പിക്കുന്നത്. അതിൽ പ്രധാനം വൻയവനിക - വന്യവനിക എന്ന ദ്വന്ദ്വമാണ്. വലിയ യവനിക എന്ന അർത്ഥത്തിലുള്ള ആദ്യത്തെ വാക്കും അതല്ലാത്ത അർത്ഥമുള്ള രണ്ടാമത്തെ വാക്കും (എന്താണ് അതിന്റെ അർത്ഥമെന്ന് എനിക്ക് മനസ്സിലായിട്ടില്ല. വന്യമായ വനിക എന്നാൽ എന്തായിരിക്കാം?) ടൈപ്പുചെയ്യുമ്പോൾ ഉള്ള വ്യത്യാസം ആദ്യത്തെ വാക്കിൽ ന, ചന്ദ്രക്കല

എന്നിവയ്ക്കു ശേഷം ZWJ ഉണ്ട് എന്നതാണ്. എന്നാൽ ഇത് അവഗണിക്കപ്പെടുന്ന ഒരു സന്ദർഭം ഉണ്ടെങ്കിൽ ഈ രണ്ട് വാക്കുകളും തമ്മിൽ യാതൊരു വ്യത്യാസവും ഉണ്ടാകില്ല. കാരണം ന, ചന്ദ്രക്കല, യ എന്നിവ ചേർന്നാൽ ന്യ എന്നാണ് കമ്പ്യൂട്ടർ കാണിക്കുക. ഇതു പോലെ വേറെ ചില ദ്വന്ദങ്ങളും വാദത്തിന് ഉപോദ്ബലകമായി അവർ അവതരിപ്പിക്കുന്നുണ്ട്. മൻവിക്ഷോഭം - മന്വിക്ഷോഭം(മനഃ + വിക്ഷോഭം എന്നത് എങ്ങനെയാണ് ഈ പദമാകുന്നത് എന്ന് എനിക്ക് മനസ്സിലായിട്ടില്ല.), കൺവലയം - കണ്വലയം (കണ്വലയത്തിന് എന്താണ് അർത്ഥം എന്നും മനസ്സിലായിട്ടില്ല.) എന്നിവയാണ് പ്രശസ്തമായ ഉദാഹരണങ്ങൾ. ഉദാഹരണമായി കാണിച്ച പദങ്ങളിൽ പലതും മലയാളത്തിൽ നിരർത്ഥകങ്ങളും കുസന്ധികളുമാണ്. എന്നിരുന്നാലും വാദത്തിന് ഈ ഉദാഹരണങ്ങൾ സ്വീകരിച്ച് പരിശോധിക്കാവുന്നതാണ്. ഇതിൽ എല്ലാ സന്ദർഭത്തിലും അനൈച്ഛികമായ അക്ഷരസംയോഗം ഉണ്ടാകുന്നത് തടയാൻ സാധിക്കും. അനൈച്ഛികമായ അക്ഷരസംയോഗമാണ് ഇവിടങ്ങളിലെല്ലാം സംഭവിക്കുന്നത്. അങ്ങനെ സംഭവിക്കാതിരിക്കാൻ ZWNJ ടൈപ്പുചെയ്യേണ്ടതാണ്. നോൺജോയിനർ അക്ഷരങ്ങൾ കൂടിച്ചേരുന്നത് തടയും. നോൺ ജോയിനർ ഇടയിൽ ഉള്ളിടത്തോളം ഇങ്ങനെ അനൈച്ഛികപദസംയോഗം സംഭവിക്കുകയുമില്ല. നോൺ ജോയിനർ ഉപയോഗിക്കാതിരുന്നാലേ പ്രശ്നം ഉണ്ടാകുന്നുള്ളൂ. ആകയാൽ നോൺ ജോയിനറുകൾ ഉപയോഗിക്കുന്ന രീതി അനുവർത്തിച്ചാൽ നേരത്തെ ചൂണ്ടിക്കാണിച്ച ഉദാഹരണങ്ങളിലെ അനൈച്ഛികപദസംയോഗം തടയാവുന്നതാണ്. ഇത് ചില്ലക്ഷരത്തിന് കോഡ് പേജിൽ സ്ഥാനം വേണം എന്ന വാദത്തിന് മതിയായ ന്യായീകരണമാകുന്നില്ല. മലയാളത്തിൽ നിരർത്ഥകമായ വാക്കുകൾ കാണിച്ചുള്ള ഈ യുക്തിവാദത്തിന് യാതൊരു സാധൂകരണവുമില്ല.

മലയാളം ടൈപ്പ് ചെയ്യുമ്പോൾ ജോയിനറുകളുടെ ഉപയോഗം ഒഴിച്ചുകൂടാനാകാത്തതാണ് ലോക്സഭ എന്ന വാക്ക് ടൈപ്പ ചെയ്യുമ്പോൾ ലോക്സ്ഭ എന്നാവാതിരിക്കാൻ, ശ്രേയാംസ്കുമാർ എന്നത് ശ്രേയാംസ്കുമാർ എന്നാവാതിരിക്കാൻ ZWNJ മലയാളത്തിൽ ഉപയോഗിക്കേണ്ടിവരും. ഇവിടെ ചില്ലക്ഷരമില്ല എന്നത് ശ്രദ്ധിക്കുക. ഫോർമാറ്റിംഗ് കൺട്രോൾ ക്യാറക്ടേഴ്സ് എന്നു കണക്കാക്കി അവഗണിക്കാനാകാത്ത പ്രാധാന്യം മലയാളത്തിന്റെ കാര്യത്തിൽ ZWJ, ZWNJ എന്നിവയ്ക്കുണ്ട് എന്ന് ഇതിൽ നിന്ന് മനസ്സിലാക്കാവുന്നതാണ്. അങ്ങനെയല്ലെങ്കിൽ വരാവുന്ന ചില മാതൃകകൾ കാണിക്കാം: ജോസ്തോമസ്,

രമേശ്ചെന്നിത്തല. പേരിനും സർനെയിമിനുമിടയിൽ ഒരു സ്പെയ്സ് ഇടുന്നില്ലെങ്കിൽ ഈ പേരുകൾ ഇങ്ങനെയാകും രൂപപ്പെടുക.

ചില്ലുകൾക്ക് പ്രത്യേകം കോഡ് പോയിന്റ് നല്കണം എന്ന വാദത്തിന്റെ യുക്തി ഇങ്ങനെ സംഗ്രഹിക്കാം: അവയ്ക്ക് സ്വതന്ത്രമായ നില്പില്ല. അവ ഫോർമാറ്റിംഗ് ക്യാരക്ടറുകളെ ആശ്രയിച്ചാണ് നില്ക്കുന്നത്. ഫോർമാറ്റിംഗ് കൺട്രോൾ ക്യാറക്ടറുകൾക്ക് പരിമിതമായ സ്ഥാനമേയുള്ളൂ. അവഗണിക്കാവുന്നത് എന്ന് ഒരു ആപ്ലിക്കേഷന് ഇതിനെ പരിഗണിക്കാം. ഈ മുൻവിധിയിൽനിന്നാണ് ഈ എൻകോഡിംഗിനായുള്ള വാദമുഖം അവതരിപ്പിച്ചിട്ടുള്ളത്. സെർച്ച് എൻജിനുകൾ സാധാരണനിലയിൽ ഇറ്റാലിക്സ്, ബോൾഡ് എന്നിങ്ങനെയുള്ള ഫോർമാറ്റിംഗ് ഘടകങ്ങളെ അവഗണിക്കുകയാണ് പതിവ്. ഈ വാദം യുക്തിസഹമാണ് എന്ന് ഇതിന്റെ അടിസ്ഥാനത്തിൽ തോന്നാവുന്നതാണ്. എന്നാൽ ലോകത്തിലെ പല ഭാഷകളും ഫോർമാറ്റിംഗ് കൺട്രോൾ ക്യാറക്ടറുകൾ ഉപയോഗിക്കുന്നുണ്ട് എന്നതിനാൽ അവയെ മലയാളത്തിന്റെ കാര്യത്തിൽ മാത്രം ഒരു ആപ്ലിക്കേഷന് അവഗണിക്കാവുന്നവയെന്ന് മാറ്റിനിറുത്താൻ സാദ്ധ്യമല്ല.

ഫോർമാറ്റിംഗ് കൺട്രോൾ ക്യാറക്ടറുകൾ അവഗണിക്കപ്പെടാവുന്നവയായി പരിഗണിക്കപ്പെടും എന്നു കണക്കാക്കി ചില്ലിന് യൂനിക്കോഡ് കോഡ് പേജിൽ സ്ഥാനം നല്കിയാൽ അത് പ്രശ്നം പരിഹരിക്കുകയല്ല കൂടുതൽ പ്രശ്നങ്ങൾ സൃഷ്ടിക്കുകയാണ് ചെയ്യുക. യൂനിക്കോഡിന്റെ വ്യവസ്ഥയനുസരിച്ച് ഒരിക്കൽ ചെയ്ത വ്യവസ്ഥ പിന്നീട് മാറ്റുകയില്ല. അതിനാൽ ജോയിനറുകൾ ഉപയോഗിച്ചും ചില്ലുകൾക്കായി നല്കിയിട്ടുള്ള പുതിയ കോഡ് ഉപയോഗിച്ചും ചില്ലക്ഷരം ടൈപ്പ് ചെയ്യാൻ സാധിക്കുന്ന അവസ്ഥയാണ് ഇതിന്റെ ഫലമായി ഉണ്ടാവുക. ഒരു അക്ഷരത്തിന് രണ്ടു കോഡുകൾ എന്ന അവസ്ഥയാണത്. കോഡുകൾ മാനകീകരിക്കുന്നതും അത് എല്ലാവരും ഒരു പോലെ പിന്തുടരുകയും ചെയ്യുന്നത് അതോടെ അവസാനിക്കും. ചില്ലക്ഷരം പലർ പലരീതിയിൽ ടൈപ്പ് ചെയ്യുന്നത് അച്ചടിയുടെ തലത്തിൽ ഒരു ഗുരുതരമായ പ്രശ്നമല്ല. എന്നാൽ ഇന്റർനെറ്റ് കാലത്തെ ഭാഷാപ്രയോഗം അച്ചടിക്കാലത്തിലേതിൽനിന്ന് വ്യത്യസ്തമായി നിരവധി മണ്ഡലങ്ങളിൽ വ്യാപിച്ചുകിടക്കുന്നതാണ്. അവിടെയെല്ലാം രണ്ട് രീതിയിൽ ചില്ലക്ഷരം ഉണ്ടാക്കാവുന്ന അവസ്ഥയുണ്ടാകും. യൂനിക്കോഡിന്റെ നയം അനുസരിച്ച് നേരത്തെയുണ്ടായിരുന്ന കോഡുകൾ അതേ പടി നിലനിറുത്തുകയാണ് അവർ ചെയ്യുകയെന്ന് പറഞ്ഞല്ലോ. അതിനാൽ ഞാൻ എന്ന വാക്ക് രണ്ട്

രീതിയിൽ ടൈപ്പ ചെയ്യാനാകും. ഞ, ദീർഘം, ന, ചന്ദ്രക്കല, ZWJ എന്ന് ഒരാളും വേറൊരാൾ ഞ, ദീർഘം, ചില്ല് ൻ എന്നും. രണ്ടും കാഴ്ചയിൽ ഒരു പോലെയാണെങ്കിലും കമ്പ്യൂട്ടറിന്റെ ആന്തരികമായ വിവരത്തിൽ ഇത് രണ്ട് വാക്കുകളായിരിക്കും. അർത്ഥവ്യത്യാസമില്ലാതെ ഒരു വാക്ക് രണ്ടു രീതിയിൽ എഴുതുന്ന എഴുത്തുരീതി ഇന്ന് മലയാളത്തിൽ നിലവിലുണ്ട്. പുതിയലിപിയുടെ അടിസ്ഥാനത്തിൽ നിലവിൽ വന്ന പ്രസ്തുതരീതി ഇന്റർനെറ്റ് കാലത്ത് മലയാളത്തിന്റെ അന്തകനായിത്തീരും.

ഇന്റർനെറ്റുകാലത്തെ മലയാളത്തിന് ടൈപ്പ്റൈറ്റിംഗ് കാലത്തി ലേതിൽനിന്ന് വ്യത്യസ്തമായ പല ധർമ്മങ്ങളും നിർവ്വഹിക്കാനുണ്ട്. ഇന്റർനെറ്റിലെ വെബ്ബ് വിലാസം മലയാളത്തിൽ നല്കാനാകുന്ന സാഹചര്യം ഇതിൽ ഒന്നാണ്. അക്ഷരങ്ങളുടെ കാര്യത്തിൽ കൃത്യത പാലിക്കാനാകാത്ത ഒരു ഭാഷ ഈ മണ്ഡലത്തിൽ വമ്പിച്ച പ്രശ്നങ്ങൾ സൃഷ്ടിക്കും. ഒരു ഉദാഹരണത്തിലൂടെ ഇത് വ്യക്തമാക്കാം. ഞാൻ ഡോട്ട് കോം എന്ന പേരിൽ ഒരാൾ വെബ് വിലാസം ഉണ്ടാക്കുന്നുവെ ന്നു കരുതുക. യൂനിക്കോഡിൽ ഇപ്പോഴുള്ള വ്യവസ്ഥയനുസരിച്ച് ZWJ ഉപയോഗിച്ചായിരിക്കും ആ വിലാസം ഉണ്ടാക്കിയിരിക്കുക. ചില്ലിന് കോഡ് പോയിന്റ് നിലവിൽ വന്നാൽ മറ്റൊരാൾക്ക് അതേവിലാസം ചില്ലിന്റെ കോഡ് ഉപയോഗിച്ച് ഉണ്ടാക്കാനാകും. രണ്ടും കാഴ്ചയിൽ ഒരേ പേരാണ്. എന്നാൽ കമ്പ്യൂട്ടറിന്റെ ആന്തരികമായ വ്യവസ്ഥയിൽ രണ്ടും വ്യത്യസ്തമാണ് എന്നതിനാൽ ഇങ്ങനെ ഒരു വ്യാജനെ സൃഷ്ടിക്കുക എളു പ്പമാണ്. ചില്ലക്ഷരമുള്ള ഏത് വിലാസത്തിനും ഇങ്ങനെ വ്യാജന്മാർ വരാവുന്നതാണ്. കേരളസർക്കാർ എന്ന പേരിലുള്ള വെബ്സൈറ്റ് നാലു രീതിയിൽ റജിസ്റ്റർ ചെയ്യാൻ സാധിക്കും. സർക്കാർ സൈറ്റിന്റെ വ്യാജൻ ഉണ്ടായാൽ സംഭവിക്കാവുന്ന അപകടം വിസ്തരിക്കേണ്ടതില്ല. ഇങ്ങനെ വ്യാജന്മാരെ സൃഷ്ടിച്ച് വെബ്ബ് തെരയുന്നവരെ വഴിതെറ്റിച്ച് കൊണ്ടുപോകുന്ന രീതി ഇംഗ്ലീഷിന്റെയും മറ്റു ഭാഷകളുടേയും കാര്യ ത്തിൽ ഇപ്പോൾത്തന്നെ നിലവിലുണ്ട്. ഇതിനെ സ്പൂഫിംഗ് എന്നാണ് പറയുക. ഇങ്ങനെ ചെയ്യുന്നതിലൂടെ ഇന്റർനെറ്റിൽ തെരയുന്ന ഒരാളെ വഴിതെറ്റിക്കുന്നതിനപ്പുറം നിയമവിരുദ്ധമായ പ്രവർത്തനങ്ങളാണ് സ്പൂഫ് ചെയ്യുന്നവർ നടത്തുന്നത്. ചില്ലിന്റെ കോഡ് ഉപയോഗിച്ച് അങ്ങനെ ചെയ്യാവുന്ന അവസ്ഥ തടയുകയെന്നത് മലയാളത്തിന്റെ ആവശ്യമാണ്.

ബാങ്കിംഗ് ഉൾപ്പെടെയുള്ള രംഗത്ത് ഇക്കാരണത്താൽ പലരീതി യിൽ എഴുതുന്ന ഭാഷ ഉപയോഗിക്കാൻ സാദ്ധ്യമാവില്ല. സെക്യൂരിറ്റി

ആവശ്യമായ ഒരു പ്രവർത്തനവും ഡുവൽ എൻകോഡിംഗ് എന്നപേരിൽ അറിയപ്പെടുന്ന ഇരട്ട എഴുത്ത് സാദ്ധ്യമാകുന്ന ഭാഷയിൽ നിർവ്വഹിക്കുവാൻ സാദ്ധ്യമല്ല. വ്യാജവിലാസം ഉപയോഗിച്ച് അക്കൗണ്ടുകളിൽ വ്യാജന്മാർ നുഴഞ്ഞുകയറിയാൽ എന്തുതന്നെ സംഭവിക്കുകയില്ല! ചുരുക്കിപ്പറഞ്ഞാൽ ഇന്റർനെറ്റുകാലത്തെ മലയാളം പുതിയലിപിക്കാലത്തെ അവ്യവസ്ഥിതത്വം താങ്ങാനാകാത്ത ഭാഷയാണ്. അതിനാൽ ഭാഷയുടെ കോഡ് പേജിൽ ഇപ്പോൾ നിലനില്ക്കുന്ന പ്രശ്നരഹിതമായ അവസ്ഥയിൽനിന്ന് പ്രശ്നസങ്കുലമായ അവസ്ഥയിലേക്ക് പോകേണ്ടതുണ്ടോ എന്നതാണ് ഇപ്പോൾ ഈ വിവാദങ്ങളുടെ പശ്ചാത്തലത്തിലുള്ള കാതലായ ചോദ്യം.

ചില്ലക്ഷരത്തിന് കോഡ് പോയിന്റ് നിശ്ചയിച്ചാൽ ഉണ്ടാകുന്ന പ്രശ്നം വിദ്യാർത്ഥികളുടെ സന്ദേഹത്തിനപ്പുറം പ്രാധാന്യമുള്ളതാണ്. കൃത്യമായി പറഞ്ഞാൽ പുതിയ ലിപി മലയാളഭാഷയിൽ ഉണ്ടാക്കിയതിന്റെ നൂറുമടങ്ങ് പ്രശ്നം അത് സൃഷ്ടിക്കും. ടൈപ്പ് റൈറ്റിംഗ് മെഷീനിനുവേണ്ടി ഉണ്ടാക്കിയ ലിപിസമ്പ്രദായം മലയാളത്തിന്റെ ലിപിയായി ഔദ്യോഗികമായി സർക്കാർ ഉത്തരവിലൂടെ അംഗീകരിക്കപ്പെട്ടുവെങ്കിലും ഇന്ന് അതെവിടെയും നിലവിലില്ല. മലയാളത്തിലെ ഏറ്റവും പ്രധാനപ്പെട്ട പത്രങ്ങളിൽ ഒന്നായ മാതൃഭൂമി പുതിയ ലിപിയിലെ ഉകാരം മാത്രമേ ഉപയോഗിക്കുന്നുള്ളൂ. ഋ കാരം ഉൾപ്പെടെ എല്ലാ അക്ഷരങ്ങളും അതിന്റെ തനതുരൂപത്തിൽ വീണ്ടെടുക്കാൻ മാതൃഭൂമിക്ക് സാധിച്ചു. എന്നു മാത്രമല്ല വായനാസമൂഹം ഒരു എതിർപ്പുമില്ലാതെ അത് സ്വീകരിക്കുകയും ചെയ്തു.

ഇക്കാര്യത്തിൽ കൗതുകാവഹമായ ഒരു സംഭവം ഉണ്ട്. സമകാലീനമലയാളം വാരികയിൽ പ്രസിദ്ധീകരിച്ചിരുന്ന സാഹിത്യവാരഫലം എന്ന പംക്തി മലയാളത്തിന്റെ തനതുലിപിയിൽ പ്രസിദ്ധീകരിച്ചു കാണാൻ എഴുത്തുകാരനായ പ്രൊഫ. എം. കൃഷ്ണൻനായർ ആഗ്രഹം പ്രകടിപ്പിച്ചതിന്റെ അടിസ്ഥാനത്തിൽ പ്രസാധകർ അത് തനതുലിപിയിലേക്ക് മാറ്റി. ഈ മാറ്റം വലിയ ആകർഷണമാകുമെന്ന് പത്രാധിപസമിതി പ്രതീക്ഷിച്ചുവെങ്കിലും വായനക്കാരിൽനിന്നും ഒരു പ്രതികരണവും ഉണ്ടായില്ലത്രെ. കാരണം ലിപിവിഷയത്തിൽ മലയാളികൾ തനതുലിപി സ്വാഭാവികം എന്ന നിലയിൽ സ്വീകരിക്കുന്നുവെന്നതാണ്. മറ്റൊരു ഉദാഹരണം കൂടി പറയാം: വൃത്തസഹായി എന്ന പേരിൽ വൃത്തം കണ്ടുപിടിക്കാൻ സഹായിക്കുന്ന ഒരു സോഫ്റ്റ്‌വേർ അമേരിക്കയിൽ ജോലി ചെയ്യുന്ന സുഷെൻ കുമാർ, സഞ്ജീവ്കുമാർ എന്നിവർചേർന്ന്

ഉണ്ടാക്കിയിട്ടുണ്ട്. അതിന്റെ നിർദ്ദേശം ഇതിൽ പുതിയലിപി ഉപയോഗിക്കരുത് എന്നാണ്. മാത്രമല്ല, വിസർഗ്ഗം, സംവൃതോകാരം എന്നിവയെല്ലാം ഉപയോഗിക്കണമെന്നുകൂടിയാണ്. അല്ലെങ്കിൽ മാത്ര ഗണിക്കാനാകാതെവരികയും വൃത്തം നിർണ്ണയിക്കുന്നതിൽ പിഴവ് സംഭവിക്കുകയും ചെയ്യും. ലിപിപരിഷ്കരണത്തിന്റെ ഭാഗമായി തകർത്തെറിയപ്പെട്ടത് ഭാഷയുടെ ആന്തരികമായ യുക്തിയാണ് എന്നു മനസ്സിലാക്കാൻ വൃത്തശാസ്ത്രത്തെക്കുറിച്ചുള്ള ഈ നിർദ്ദേശം സഹായകമാകും. മലയാള ഭാഷയുടെ ആന്തരമായ യുക്തിയെ തകർത്ത് കൃത്രിമമായി ഉണ്ടാക്കിയ പുതിയ ലിപി ഇന്റർനെറ്റ് കാലത്ത് സ്വാഭാവികമായിത്തന്നെ കാലഗതിയടഞ്ഞു. ബ്ലോഗെഴുത്തുകാരും വിക്കിപീഡിയ എഡിറ്റു ചെയ്യുന്നവരും ചിന്ത. കോമിലെ തർജ്ജനി മാസിക വായനക്കാരും ഉപയോഗിക്കുന്നത് ഒന്നുകിൽ അഞ്ജലി ഓൾഡ് ലിപി അല്ലെങ്കിൽ രചനW01 എന്ന ഫോണ്ടോ ആണ്. ഇതു രണ്ടും മലയാളത്തിന്റെ തനതുലിപിസഞ്ചയം ഉപയോഗപ്പെടുത്തുന്ന ഫോണ്ടുകളാണ്.

ഇന്റർനെറ്റുകാലത്തെ മലയാളം അച്ചടിക്കാലത്തെ ആധിപത്യങ്ങളെ നിരാകരിച്ച് സ്വതന്ത്രമായി മുന്നേറുന്ന ഘട്ടത്തിലാണ് യൂനിക്കോഡിൽ ഇപ്പോൾ നിലവിലുള്ള കോഡ് പേജിൽ ചില്ലക്ഷരങ്ങൾക്കും സ്ഥാനം വേണം എന്ന വാദം ഉയരുന്നത്. ഇത് ന്യായമായും സംശയാസ്പദമായിത്തീരുന്നു. ചില്ലിന് കോഡ് പോയിന്റ് വേണമെന്നു വാദിക്കുന്നവർ പല ന്യായങ്ങളും പല രീതിയിൽ ഉന്നയിക്കുന്നുവെങ്കിലും എന്താണ് ഇതുകൊണ്ട് പ്രയോജനം എന്ന ചോദ്യത്തിനു മുമ്പിൽ മൗനികളാണ്. ഏത് പ്രശ്നമാണ് അത് പരിഹരിക്കുക എന്നതിനും ഉത്തരമില്ല. അത് വേറെ പ്രശ്നങ്ങളുണ്ടാക്കുമെങ്കിൽ അതിനെന്തു പ്രതിവിധി എന്നതിനും ഉത്തരമില്ല. ഇൻഡിക് മെയിലിംഗ് ലിസ്റ്റിലും ബ്ലോഗിലും നടന്ന ചർച്ചകൾ അവസാനംവരെ കാത്തിരുന്നു വായിച്ച ഒരാൾ എന്ന നിലയിൽ ചില്ലക്ഷരത്തിന്റെ എൻകോഡിംഗ് എന്തിനെന്ന് എനിക്ക് മനസ്സിലാക്കാനായിട്ടില്ല. ഒരു പ്രശ്നവും പരിഹരിക്കാതിരിക്കുകയും പുതിയ പ്രശ്നങ്ങൾ സൃഷ്ടിക്കുകയും ചെയ്യും ചില്ലിന്റെ എൻകോഡിംഗ് എന്നാണ് ഞാൻ ഈ സംവാദങ്ങളിൽനിന്ന് മനസ്സിലാക്കിയിട്ടുള്ളത്.

മാതൃഭൂമി ആഴ്ചപ്പതിപ്പ്, പുസ്തകം 85, ലക്കം 51, 2008 ഫെബ്രുവരി 17-23.

ഭാഷാസാങ്കേതികതയും ഭാഷാശാസ്ത്രപഠനവും

ഭാഷാസാങ്കേതികവിദ്യ മലയാളഭാഷയുമായി ബന്ധപ്പെടുന്ന സന്ദർഭത്തിൽ പലപ്പോഴും തർക്കങ്ങളും വിവാദങ്ങളുമുണ്ടായിട്ടുണ്ട്. കമ്പ്യൂട്ടറിന്റെ കാലത്ത് മലയാളം അതിജീവനം സാദ്ധ്യമാവാതെ മൃതഭാഷയായിത്തീരും, മലയാളഭാഷ അതിജീവിക്കണമെങ്കിൽ അതിലെ അക്ഷരസംഖ്യ കുറയ്ക്കണം, നേർരേഖീയമായ എഴുത്തുരീതി അനുവർത്തിച്ചാലേ കമ്പ്യൂട്ടറിന് മലയാളം കൈകാര്യംചെയ്യാനാവൂ എന്നിങ്ങനെയെല്ലാം തർക്കങ്ങൾ നീണ്ടു.

വിവരസാങ്കേതികതയുടെ കാലത്ത് മലയാളഭാഷയ്ക്ക് അതിജീവനം സാദ്ധ്യമല്ലെന്ന് ഒരുവാദം ഉയരുന്നത് ആസന്നമരണമായ ഭാഷകളെക്കുറിച്ചുള്ള ഒരു ആഗോളപഠനത്തിന്റെ പശ്ചാത്തലത്തിലായിരുന്നു. യുനെസ്കോവിന്റെ ആഭിമുഖ്യത്തിൽനടന്ന പ്രസ്തുതപഠനത്തിൽ ഓരോ രണ്ടാഴ്ചക്കാലയളവിലും ഒരു ഭാഷയെന്ന കണക്കിൽ ഭൂമുഖത്തുനിന്നും അപ്രത്യക്ഷമാവുകയാണെന്നും അങ്ങനെ മരണാസന്നമായ ഭാഷകളുണ്ടെന്നും കണ്ടെത്തിയിരുന്നു. ഇതിന്റെ അടിസ്ഥാനത്തിലാണ് ഇനിയുള്ള കാലം ഇംഗ്ലീഷുപോലെയുള്ള ഭാഷകൾക്ക് സർവ്വാധിപത്യം ലഭിക്കുന്നതാവുമെന്നും അങ്ങനെ വരുമ്പോൾ മലയാളം പോലുള്ള ഭാഷകൾ അതിജീവിക്കില്ലെന്നുമായിരുന്നു ഒരു വാദം. ഭാഷാപോഷിണി മാസികയിൽ ലത്തീഫ് കിഴിശ്ശേരി ഈ വാദം അവതരിപ്പിച്ചുകൊണ്ട്

വിശദമായൊരു ലേഖനം പ്രസിദ്ധീകരിച്ചിരുന്നു. ഇത് ഒരു ഊഹാധിഷ്ഠിതവാദമാണ്. എത്നലോഗ് ഡോട്ട് ഓർഗ്[1] എന്ന വെബ്സൈറ്റിൽ നല്കിയ വിവരങ്ങൾ പരിശോധിച്ചാൽ ഈ വാദത്തിൽ അശേഷം കഴമ്പില്ലെന്ന് മനസ്സിലാക്കാം. എന്നിരുന്നാലും, ഭാഷാപോഷിണി ലേഖനം പ്രസിദ്ധീകരിക്കപ്പെട്ട് ഒരുപാട് വർഷങ്ങൾക്കുശേഷം കേരള ഭാഷാ ഇൻസ്റ്റിറ്റ്യൂട്ട് ഒരു സെമിനാർ സംഘടിപ്പിക്കുമ്പോൾ മലയാളം ആസന്നമരണഭാഷകളിൽ ഉൾപ്പെടുന്നതാണെന്ന് അവരുടെ ക്ഷണപത്രത്തിൽ എഴുതിയിരുന്നു! ആഗോളവത്കരണവും കമ്പ്യൂട്ടർ, ഇന്റർനെറ്റ് എന്നിവയുടെ വ്യാപനവുമാണ് ഇംഗ്ലീഷിന്റെ ആധിപത്യത്തിന് വഴിയൊരുക്കുന്നതെന്നായിരുന്നു വിശദീകരണം.

ആസന്നമരണഭാഷ എന്നതിൽനിന്ന് വ്യത്യസ്തമായ തലത്തിൽ മലയാളഭാഷയുടെ അതിജീവനം ചർച്ചചെയ്യപ്പെടുകയും അതിന്റെ അടിസ്ഥാനത്തിൽ ചില കർമ്മപരിപാടികൾ തയ്യാറാക്കപ്പെടുകയും ചെയ്തിട്ടുണ്ട്. അതാവട്ടെ ഭാഷാശാസ്ത്രത്തിന്റെ അടിസ്ഥാനത്തിലാണെന്നാണ് വിശദീകരിക്കപ്പെട്ടത്. അവരുടെ വാദം ഇപ്രകാരം സംഗ്രഹിക്കാം: ഇനി വരാനിരിക്കുന്നത് കമ്പ്യൂട്ടറിന്റെ കാലമാണ്. അക്ഷരബാഹുല്യമുള്ള മലയാളം പോലെയുള്ള ഭാഷകൾ കമ്പ്യൂട്ടറിന് കൈകാര്യം ചെയ്യാനാവില്ല. കാരണം, അത് ഇംഗ്ലീഷിനും യൂറോപ്യൻ ഭാഷകൾക്കുമായി ഉണ്ടാക്കപ്പെട്ട സാങ്കേതികവിദ്യയാണ്. അതിനാൽ, കമ്പ്യൂട്ടറിന്റെയും ഇന്റർനെറ്റിന്റെയും കാലത്തിന് അനുയോജ്യമായ രീതിയിൽ നമ്മുടെ ഭാഷ പരിഷ്കരിക്കണം. അല്ലെങ്കിൽ മലയാളത്തിന് അതിജീവനം സാദ്ധ്യമല്ല. ഈ വാദത്തിന് ഉപോദ്ബലകമായി അവർ കമ്പ്യൂട്ടറിന്റെഭാഷ ഇംഗ്ലീഷാണ് എന്ന ഒരു പൂർവാനുമാനം അവതരിപ്പിക്കുന്നുണ്ട്. അതിന്റെ അടിസ്ഥാനത്തിൽ, ഇംഗ്ലീഷിലുള്ളതിനേക്കാൾ വളരെക്കൂടുതൽ അക്ഷരരൂപങ്ങളുള്ള ഭാഷകൾ കൈകാര്യംചെയ്യാൻ സാധിക്കുകയില്ലയെന്നും അവർ വാദിച്ചു. ടൈപ്പ്റൈറ്റിംഗ് മെഷീനിൽ മലയാളം ഉപയോഗിക്കാനായി പുതിയ ലിപി ഉണ്ടാക്കിയ നമുക്ക് കമ്പ്യൂട്ടറിൽ ഭാഷയുപയോഗിക്കാൻ അതിനെക്കാൾ പുതിയ ലിപി ഉണ്ടാക്കാമല്ലോ? അങ്ങനെ ഉണ്ടാക്കേണ്ട ലിപിവ്യവസ്ഥയുടെ യുക്തിപരമായ അധിഷ്ഠാനവും രൂപീകരിക്കപ്പെട്ടിരുന്നു.

ഇംഗ്ലീഷ് ഉൾപ്പെടെയുള്ള യുറോപ്യൻ ഭാഷകൾ സാമാന്യേന നേർരേഖീയമായ രീതിയിൽ എഴുതുന്നവയാണ്. നമ്മുടെഭാഷ അങ്ങനെയല്ല. സ്വരങ്ങളും വ്യഞ്ജനങ്ങളും ചേരുമ്പോൾ സ്വരചിഹ്നം വ്യഞ്ജനത്തിന്റെ

1 http://www.ethnologue.com/endangered-languages.

മുന്നിലോ പിന്നിലോ, മുന്നിലും പിന്നിലുമായോ, കീഴിലോ ഒക്കെയായി വരും. അതുപോലെ വ്യഞ്ജനങ്ങളും ഇരട്ടിപ്പിൽ ഒന്നിനുമീതെ മറ്റൊന്ന് എന്ന ക്രമത്തിലാണ് എഴുതുന്നത്. കൂട്ടക്ഷരത്തിന്റെ കാര്യത്തിലും ഇതുപോലെയൊക്കെയാണ്. യൂറോപ്യൻ ഭാഷകൾ അങ്ങനെയല്ലാത്തതിനാൽ, യൂറോപ്യൻ ഭാഷകൾക്കുവേണ്ടി നിർമ്മിക്കപ്പെട്ട കമ്പ്യൂട്ടറിന് നമ്മുടെഭാഷ കൈകാര്യംചെയ്യാനാവില്ല എന്നതായിരുന്നു വാദം. കേവലം യുക്തിമാത്രം അടിസ്ഥാനമാക്കി നോക്കുകയാണെങ്കിൽ ഈ വാദം ശരിയാണെന്നു തോന്നിയേക്കാം. കമ്പ്യൂട്ടർ എങ്ങനെ പ്രവർത്തിക്കുന്നുവെന്നും അതിൽ ഭാഷ ഉപയോഗിക്കപ്പെടുന്നത് എങ്ങനെയെന്നും അറിയാത്തവരെ തെറ്റിദ്ധരിപ്പിക്കാനും ഈ വാദത്തിന് സാധിക്കും. കൗതുകകരമായ ഒരു വസ്തുത, ഈ വാദം അവതരിപ്പിക്കുന്ന കാലത്ത് മലയാളം ഉൾപ്പെടെയുള്ള ഇന്ത്യൻഭാഷകൾ കമ്പ്യൂട്ടറുകളിൽ ഉപയോഗിച്ചുതുടങ്ങിയിരുന്നു എന്നതാണ്. പത്രങ്ങളും പുസ്തകങ്ങളും അച്ചടിക്കാനായി ഡസ്ക്ടോപ് പബ്ലിഷിംഗ് പ്രചാരത്തിൽ വന്നുകഴിഞ്ഞിരുന്നു. അങ്ങനെയൊരു സാഹചര്യത്തിൽ, അക്ഷരങ്ങളുടെ എണ്ണം കുറയ്ക്കുകയും നേർരേഖീയമായ വിന്യസനക്രമം അനുവർത്തിക്കുകയും ചെയ്താൽ മാത്രമേ മലയാളം കമ്പ്യൂട്ടറിൽ ഉപയോഗിക്കാനാവൂ എന്ന് വാദിച്ചവർ കമ്പ്യൂട്ടർ ഉപയോഗിച്ച് ശീലമില്ലാത്തവരും കമ്പ്യൂട്ടറിന്റെ പ്രവർത്തനം എങ്ങനെയെന്ന് അറിവില്ലാത്തവരുമാണെന്ന് മനസ്സിലാക്കാവുന്നതാണ്. അധികാരസ്ഥാനങ്ങളിലുള്ളവരെ അജ്ഞതാവിലസിതമായ തങ്ങളുടെ സിദ്ധാന്തം ധരിപ്പിച്ച് ലിപിപരിഷ്കരണത്തിനായി ഒരു വൻസന്നാഹംതന്നെ അവർ ഒരുക്കുകയുണ്ടായി. ഇതിൽനിന്നും മനസ്സിലാക്കാവുന്ന മറ്റൊരു കാര്യം, മലയാളഭാഷയെക്കുറിച്ചുള്ള തീരുമാനങ്ങൾ കൈക്കൊള്ളുന്ന സമിതികളിലെ മിക്കവാറും വിദഗ്ധർ യാതൊരു വൈദഗ്ധ്യവും ഇല്ലാത്തവരാണെന്നാണ്.

ഭാഷയും സാങ്കേതികവിദ്യയും യാതൊരു ബന്ധവുമില്ലാത്ത വിഷയങ്ങളാണന്ന് പൊതുവെ വിശ്വസിക്കപ്പെട്ടിരുന്നു. അതിനാൽ ലാംഗ്വേജ് ടെക്നോളജി എന്ന പേര് ഒരു വിചിത്രവിഷയത്തെ സൂചിപ്പിക്കുന്നുവെന്ന് കരുതപ്പെട്ടു. വാസ്തവത്തിൽ ഫാഷൻ ടെക്നോളജി, എജ്യുക്കേഷനൽ ടെക്നോളജി എന്നിവയിലെല്ലാമുള്ളതുപോലെ ബലാദാകൃഷ്ടമായ ഒരു ബന്ധമല്ല ഭാഷയും സാങ്കേതികവിദ്യയും തമ്മിലുള്ളത്. ഭാഷ രേഖപ്പെടുത്താൻ ആരംഭിച്ചതോടെ പലതരം ഉപകരണങ്ങൾ അതിനായി ഉപയോഗിക്കപ്പെടുന്നുണ്ട്. എഴുതാൻ ഉപയോഗിക്കുന്ന പ്രതലം, ഉപകരണം എന്നിവയുടെ അടിസ്ഥാനത്തിൽ ഭാഷയുടെ

ലിഖിതരൂപത്തിന് നിരന്തരം പരിണാമം സംഭവിച്ചുകൊണ്ടിരുന്നു. അതിനാൽ, ഭാഷാപരിണാമത്തിന്റെ ചരിത്രം, ഭാഷ രേഖപ്പെടുത്തുവാൻ ഉപയോഗിച്ചിരുന്ന സാങ്കേതികവിദ്യയുടെ ചരിത്രവുമായി ബന്ധപ്പെട്ടിരിക്കുന്നുവെന്ന് പറയാം. എന്നാൽ ഇത് കമ്പ്യൂട്ടറിന്റെ കാലത്തിലേക്ക് കടക്കുമ്പോൾ മുൻപില്ലാത്ത ഒരു ഗതിക്രമം സംഭവിക്കുന്നുണ്ട്. കല്ലുളിയോ, എഴുത്താണിയോ, പെൻസിലോ പേനയോ ഉപയോഗിച്ച് നാം മുൻപ് അക്ഷരങ്ങളെഴുതി. എഴുത്തുപകരണം അക്ഷരത്തിന്റെ രൂപത്തെ നിർണ്ണയിക്കുകയും സ്വാധീനിക്കുകയും ചെയ്തു. അക്ഷരത്തിന് തിരിച്ച് എഴുത്തുപകരണത്തെ സ്വാധീനിക്കാനോ പരിവർത്തിപ്പിക്കുവാനോ സാധിക്കുമായിരുന്നില്ല. എന്നാൽ കമ്പ്യൂട്ടറിന്റെ കാലമാവുമ്പോൾ എഴുത്തുപകരണത്തെ സ്വാധീനിക്കുകയും പരിവർത്തിപ്പിക്കുകയും ചെയ്യുന്ന വിധത്തിൽ ആയിത്തീരുന്നു. കമ്പ്യൂട്ടറിന്റെ നിരവധി പ്രവർത്തനങ്ങളിൽ ഒന്നു മാത്രമാണ് ഭാഷ കൈകാര്യംചെയ്യുകയെന്നത്. മറ്റെല്ലാ വിവരവും കൈകാര്യം ചെയ്യുന്നതുപോലെ ഡിജിറ്റൽ രൂപത്തിലാണ് കമ്പ്യൂട്ടർ ഭാഷയും കൈകാര്യം ചെയ്യുന്നത്. അങ്ങനെ വരുമ്പോൾ ഭാഷയെന്നത് കമ്പ്യൂട്ടർ കൈകാര്യംചെയ്യുന്ന വിവിധങ്ങളായ വിവരങ്ങളുടെ കൂട്ടത്തിൽ ഒന്നാണെന്ന് മനസ്സിലാക്കാം. ഏത് രീതിയിലാണോ ഭാഷാസംബന്ധിയായ വിവരം കമ്പ്യൂട്ടർ കൈകാര്യം ചെയ്യേണ്ടത് അതിന് അനുയോജ്യമായ സാങ്കേതികവിദ്യ വികസിപ്പിച്ചെടുക്കുന്നു. ടൈപ്പ്റൈറ്റർ എന്ന ഉപകരണത്തിന്റെ പരിമിതികൾക്ക് അനുസരണമായി ഭാഷയെ വെട്ടിമുറിച്ചതുപോലെ കമ്പ്യൂട്ടറിനായി ഭാഷയെ അംഗഭംഗംവരുത്തി ഉപയോഗിക്കേണ്ടതില്ല എന്ന് ചുരുക്കം.

അക്ഷരങ്ങൾക്ക് നല്കുന്ന കോഡുകളുപയോഗിച്ചാണ് കമ്പ്യൂട്ടർ ഭാഷ കൈകാര്യംചെയ്യുന്നത്. കോഡ് നല്കൽ അഥവാ എൻകോഡിംഗ് (encoding) ആണ് ഭാഷാകമ്പ്യൂട്ടിംഗ് പ്രവർത്തനങ്ങളുടെ അടിസ്ഥാനം. കമ്പ്യൂട്ടറുകളുടെയിടയിൽ വിവരവിനിമയം സാധിക്കണമെങ്കിൽ ഒരു ഭാഷ കൈകാര്യംചെയ്യാൻ ഒരേ കോഡുകൾ തന്നെ കമ്പ്യൂട്ടറുകളിൽ ഉപയോഗിക്കേണ്ടിവരും. ആദ്യകാല കമ്പ്യൂട്ടറുകളിൽ ഭാഷ ഉപയോഗിക്കുന്നതിനായി പ്രോഗ്രാമുകൾ നിർമ്മിക്കുന്നവർ തങ്ങൾക്ക് സൗകര്യപ്രദമായ കോഡുകളാണ് ഉപയോഗിച്ചിരുന്നത്. ഇത് വിവരവിനിമയത്തിന് തടസ്സമാണെന്നതിനാൽ കോഡുകൾ മാനകീകരിക്കുവാനുള്ള ശ്രമങ്ങൾ ആരംഭിച്ചു. നമ്മുടെ നാട്ടിൽ കമ്പ്യൂട്ടർ പ്രചാരത്തിൽ വരുമ്പോൾ ലോകവ്യാപകമായി ഉപയോഗിച്ചിരുന്ന എൻകോഡിംഗ് വ്യവസ്ഥ ആസ്കി (ASCII) എന്ന ചുരുക്കപ്പേരിൽ അറിയപ്പെട്ടിരുന്ന

അമേരിക്കൻ സ്റ്റാൻഡേർഡ് കോഡ് ഫോർ ഇൻഫർമേഷൻ ഇന്റർചെയ്ഞ്ച് ആയിരുന്നു. എട്ട് ബിറ്റ് എൻകോഡിംഗ് സംവിധാനമായ ആസ്കി, ഇംഗ്ലീഷും മറ്റ് യൂറോപ്യൻ ഭാഷകളും കമ്പ്യൂട്ടറിൽ ഉപയോഗിക്കാനായി ചിട്ടപ്പെടുത്തിയതായിരുന്നു. 256 കോഡുകൾ കൈകാര്യം ചെയ്യാനാവുന്ന എൻകോഡിംഗ് വ്യവസ്ഥയാണിത്. കമ്പ്യൂട്ടറിന്റെ ഭാഷാശേഷിയുടെ അടിസ്ഥാനമായ ഈ എൻകോഡിംഗ് വ്യവസ്ഥയുമായി ചേർന്നു പ്രവർത്തിക്കാവുന്നവിധത്തിൽ നിർമ്മിക്കപ്പെട്ട പ്രോഗ്രാമുകളുപയോഗിച്ചാണ് ഇന്ത്യൻഭാഷകൾ തുടക്കത്തിൽ കമ്പ്യൂട്ടറിൽ ഉപയോഗിച്ചിരുന്നത്. സ്വകാര്യസംരംഭകർ നിർമ്മിച്ച പ്രോഗ്രാമുകളായിരുന്നു തുടക്കത്തിൽ ഇന്ത്യൻഭാഷകൾ കമ്പ്യൂട്ടറിൽ ഉപയോഗിക്കാനായി ലഭ്യമായിരുന്നത്. അവയിൽ ഓരോന്നിലും വ്യത്യസ്തമായ എൻകോഡിംഗ് വ്യവസ്ഥകളാണ് ഓരോ ഭാഷയ്ക്കും നല്കപ്പെട്ടിരുന്നത്. അതിനാൽ, നേരത്തെ പറഞ്ഞ വിവരവിനിമയം ഇന്ത്യൻഭാഷകളുടെ കാര്യത്തിൽ സാദ്ധ്യമല്ലാത്ത അവസ്ഥയായിരുന്നു നിലനിന്നിരുന്നത്.

ഒരു ഭാഷയിലെ അടിസ്ഥാനാക്ഷരങ്ങൾക്കാണ് എൻകോഡിംഗ് വ്യവസ്ഥയിൽ കോഡുകൾ നല്കപ്പെടുന്നത്. അടിസ്ഥാനാക്ഷരങ്ങൾ ചേർന്നുണ്ടാവുന്ന കൂട്ടക്ഷരങ്ങൾ അതിന്റെ ഭാഗമായ അടിസ്ഥാനാക്ഷരങ്ങളുപയോഗിച്ച് നിർമ്മിക്കപ്പെടുക എന്നതാണ് കമ്പ്യൂട്ടറിന്റെ രീതി. മലയാളം ഉൾപ്പെടെയുള്ള ഇന്ത്യൻ ഭാഷകളുടെ കോഡുകളുടെ മാനകീകരണം കേന്ദ്രസർക്കാർ ഉടമസ്ഥതയിലുള്ള, പൂനെ ആസ്ഥാനമായുള്ള സി ഡാക് എന്ന സ്ഥാപനമാണ് നിർവ്വഹിച്ചത്. അവർ നിർമ്മിച്ച സോഫ്റ്റ്‌വേറുപയോഗിച്ച് മലയാളമൊഴികെയുള്ള ഇന്ത്യൻഭാഷകളെല്ലാം കൂട്ടക്ഷരങ്ങൾ ഉൾപ്പെടെ എല്ലാം പിഴവുകളില്ലാതെ കമ്പ്യൂട്ടറിൽ ടൈപ്പുചെയ്യാൻ സാധിക്കും. മലയാളത്തിൽമാത്രം കൂട്ടക്ഷരങ്ങൾ പിരിഞ്ഞാണ് കിട്ടുക. കേരളം ആവശ്യപ്പെട്ടതുകൊണ്ടാണ് ഇങ്ങനെ സംഭവിച്ചത്. മലയാളത്തിന് രണ്ട് ലിപിവ്യവസ്ഥയുണ്ടെന്നും പഴയ ലിപി, പുതിയ ലിപി എന്നിങ്ങനെയുള്ളവയിൽ പുതിയ ലിപിയാണ് ഔദ്യോഗികമായ ലിപിയെന്നും അതാണ് സോഫ്റ്റ്‌വേറിൽ ഉണ്ടാവേണ്ടതെന്നും കേരളസർക്കാരിനുവേണ്ടി ഭാഷാവിദഗ്ദ്ധൻ വാദിച്ചു. എന്നിരുന്നാലും ലിപി പരിഷ്കരണക്കമ്മിറ്റി നിർദ്ദേശിച്ച രീതിയിൽ മലയാളം ഉപയോഗിക്കാനല്ല കമ്പ്യൂട്ടർ എന്ന ബോദ്ധ്യം സോഫ്റ്റ്‌വേർ ഉണ്ടാക്കിയർക്ക് ഉണ്ടായിരുന്നതിനാൽ ആകാവുന്നത്ര കൂട്ടക്ഷരങ്ങളും ഇരട്ടിപ്പുകളും ലഭിക്കുന്നവിധത്തിലാണ് മലയാളം അവർ തയ്യാറാക്കിയത്. ഭാഷാജ്ഞാനവും സാങ്കേതികജ്ഞാനവും യോജിച്ച് പ്രവർത്തിക്കേണ്ട ഒരു

സന്ദർഭത്തിൽ സംഭവിച്ച അനുചിതമായ തീരുമാനമാണ് കമ്പ്യൂട്ടറിൽ മലയാളത്തിന്റെ ലിപിവ്യവസ്ഥ മറ്റ് ഇന്ത്യൻഭാഷകളിലേതിൽനിന്നും വ്യത്യസ്തമാക്കിത്തീർത്തത്.

ഭാഷാസാങ്കേതികതയെക്കുറിച്ചുള്ള അജ്ഞത അതിന്റെ എല്ലാ മാരകസ്വഭാവത്തോടെയും വെളിപ്പെട്ടത് യൂനികോഡ് എൻകോഡിം ഗിൽ മലയാളത്തിന്റെ കോഡിനെക്കുറിച്ച് കേരളസർക്കാരിനുവേണ്ടി സമർപ്പിക്കപ്പെട്ട രേഖയിലാണ്. അതിന്റെ ദൂഷ്യഫലങ്ങൾ നാം ഇപ്പോൾ അനുഭവിച്ചുകൊണ്ടിരിക്കുകയാണ്. ഈ പ്രസ്താവത്തിന്റെ വസ്തുതയെന്തെന്ന് മനസ്സിലാക്കാൻ അല്പം വിശദീകരണം ആവശ്യ മാണ്. ആസ്കി എൻകോഡിംഗ് ഇംഗ്ലീഷിനും യൂറോപ്യൻ ഭാഷകൾക്കും വേണ്ടി ഉണ്ടാക്കിയതാണെന്ന് നേരത്തെ പറഞ്ഞല്ലോ. ആസ്കിയുമായി ചേർന്നു പ്രവർത്തിക്കാവുന്നവിധത്തിൽ നിർമ്മിക്കപ്പെട്ട പ്രോഗ്രാമുക ളുപയോഗിച്ചാണ് മലയാളമുൾപ്പെടെയുള്ള ഇന്ത്യൻഭാഷകൾ കമ്പ്യൂട്ട റിൽ ഉപയോഗിച്ചിരുന്നതെന്നും പറഞ്ഞു. ഈ അവസ്ഥയിൽനിന്നും മാറി, ലോകത്തിലെ എല്ലാ ഭാഷകളും കമ്പ്യൂട്ടറിന്റെ ഭാഷാശേഷിയുടെ ഭാഗമാക്കാവുന്ന വിധത്തിലുള്ള എൻകോഡിംഗ് ഉണ്ടായാൽ മാത്രമേ ലോകത്തിലെ എല്ലാ ഭാഷകളും കമ്പ്യൂട്ടറിൽ അനായാസമായി ഉപയോ ഗിക്കാൻ സാധിക്കൂ. അതിനുവേണ്ടിയുള്ള സാങ്കേതികവിദ്യ വികസി പ്പിക്കുവാനും നടപ്പിലാക്കുവാനുമായി സംഘടിപ്പിക്കപ്പെട്ട വേദിയാണ് യൂനിക്കോഡ് കൺസോർഷ്യം. അമേരിക്കയിലെ കാലിഫോർണിയ ആസ്ഥാനമായുള്ള ഈ വേദിയിൽ എല്ലാ ഭാഷാസമൂഹങ്ങളുടെയും പ്രതിനിധികൾ അംഗങ്ങളാണ്. ഇന്ത്യൻഭാഷകളുടെ എൻകോഡിംഗിന് അടിസ്ഥാനമായ വിവരങ്ങൾ നല്കിയത് ഇന്ത്യൻ ഭാഷാകമ്പ്യൂട്ടിംഗ് പ്രവർത്തനങ്ങൾക്ക് നേതൃത്വംനല്കുന്ന കേന്ദ്രസർക്കാറുടമസ്ഥതയി ലുള്ള സി ഡാക് എന്ന സ്ഥാപനമാണ്. ആസ്കി എൻകോഡിംഗിന്റെ മാതൃകയിൽ ഇസ്കി എന്ന ഒരു എൻകോഡിംഗ് വ്യവസ്ഥയും അത് പ്രവർത്തിപ്പിക്കാനായി ഇസ്ഫോക് എന്ന ഫോണ്ട് കോഡും അവർ വികസിപ്പിച്ചിരുന്നു. അതിന്റെ അടിസ്ഥാനത്തിലാണ് ഐ. എസ്. എം. പരമ്പരയിലുള്ള ഭാഷാകമ്പ്യൂട്ടിംഗ് സോഫ്റ്റ്‌വേറുകൾ അവർ നിർമ്മിച്ചത്. കുറ്റമറ്റവിധത്തിൽ പ്രവർത്തിക്കുന്നവയാണ് ആ സോഫ്റ്റ്‌വേറുകൾ. ഇസ്കി എൻകോഡിംഗിനുവേണ്ടിയുണ്ടാക്കിയ വിവരങ്ങളാണ് ഇന്ത്യൻ ഭാഷകളുടെ എൻകോഡിംഗ് നിശ്ചയിക്കുവാനായി യൂനിക്കോഡ് കൺസോർഷ്യത്തിന് നല്കിയത്. അതിന്റെ അടിസ്ഥാനത്തിൽ യൂനിക്കോഡ് കൺസോർഷ്യം ഓരോ ഇന്ത്യൻഭാഷയുടെയും കോഡ് പേജുകൾ തയ്യാറാക്കി പ്രസിദ്ധീകരിച്ചു.

ഭാഷാകമ്പ്യൂട്ടിംഗിന്റെ മേഖലയിൽ വിപ്ലവാത്മകമായ മാറ്റങ്ങൾക്ക് അടിത്തറയിടുന്ന ഒരു പ്രവർത്തനമാണ് യൂനിക്കോഡ് കൺസോർഷ്യം ചെയ്തുകൊണ്ടിരുന്നത്. അതിന്റെ ഗുണഫലങ്ങൾ തുടക്കത്തിൽ കമ്പ്യൂട്ടറിലും തുടർന്ന് ടാബ്ലറ്റ് കമ്പ്യൂട്ടറുകളിലും പിന്നെ മൊബൈൽഫോണിലുമായി ഇന്ന് പരക്കെ വ്യാപിച്ചുകഴിഞ്ഞിട്ടുണ്ട്. സാധാരണക്കാരായ മലയാളികൾ അവർ ഉപയോഗിക്കുന്ന മൊബൈൽഫോണിൽ മലയാളത്തിൽ എസ്. എം. എസ്സുകൾ അയക്കുകയും ഫേസ്ബുക്കിലും വാട്സാപ്പിലുമെല്ലാം മലയാളം ഉപയോഗിക്കുകയും ചെയ്യുന്നുണ്ട്. അവർക്ക് അതിനായി ആരും പരിശീലനം നല്കിയിട്ടില്ല. അതീവ സങ്കീർണ്ണസ്വഭാവമുള്ള ഇലക്ട്രോണിക് വീട്ടുപകരണങ്ങൾ എത്ര അനായാസതയോടെയാണ് നാം ഉപയോഗിക്കുന്നത്, അത്രത്തോളം അനായാസമായി സാധാരണക്കാരായ മലയാളികൾ ഫോണുകളിൽ മലയാളം ഉപയോഗിക്കുന്നു. ഫോണുകളിൽ ഭാഷ കൈകാര്യം ചെയ്യാനായി ഉപയോഗിക്കുന്ന എൻകോഡിംഗ് വ്യവസ്ഥ ഇന്ന് സാമാന്യേന യൂനിക്കോഡാണ്. യൂനികോഡിൽ മലയാളത്തിന്റെ കോഡ് പേജ് നിലവിൽ വരുന്ന കാലത്ത് ഇത്രത്തോളം വേഗതയിൽ അതിന്റെ ഗുണഫലം വ്യാപകമായി പൊതുസമൂഹത്തിലേക്ക് എത്തുമെന്ന് പ്രതീക്ഷിക്കാൻ സാധിക്കില്ലായിരുന്നു. അതിനാൽ ഭാഷയെക്കുറിച്ച് മുമ്പു നടത്തിയ പല പരിഷ്കരണചർച്ചകളും എന്നപോലെ യൂനിക്കോഡ് എൻകോഡിംഗിനു നല്കേണ്ട നിർദ്ദേശങ്ങളെക്കുറിച്ച് പരിഷ്കരണവാദികൾ ചില ചർച്ചകൾ നടത്തിയിരുന്നു. അതിന്റെ അടിസ്ഥാനത്തിൽ അവർ യൂനിക്കോഡ് കൺസോർഷ്യത്തിന് ചില നിർദ്ദേശങ്ങൾ സമർപ്പിച്ചു. മലയാളത്തിൽ അനാവശ്യമായ കുറേയക്ഷരങ്ങളുണ്ടെന്നും അവയെ യൂനിക്കോഡ് കോഡ്പേജിൽനിന്ന് ഒഴിവാക്കണമെന്നതായിരുന്നു ഒരു നിർദ്ദേശം. യൂനിക്കോഡ് കൺസോർഷ്യത്തിന്റെ നയമനുസരിച്ച് ഓരോ ഭാഷയിലേയും സമസ്തചിഹ്നങ്ങളും കമ്പ്യൂട്ടറിൽ ഉപയോഗിക്കാൻ സാദ്ധ്യമാവുന്നവിധത്തിൽ എൻകോഡിംഗ് വ്യവസ്ഥ ചിട്ടപ്പെടുത്തുകയാണ് ചെയ്യുക. അതിനാൽ ഏതെങ്കിലും അക്ഷരങ്ങൾ ഒഴിവാക്കുക അവരുടെ നയമല്ല. അതിനാൽ സർക്കാരിന്റെ ഭാഷാവിദഗ്ധർ സമർപ്പിച്ച നിർദ്ദേശം തള്ളിപ്പോയി. തുടർന്നാണ് ചില്ലക്ഷരങ്ങൾക്ക് കോഡുകൾ നല്കണമെന്ന നിർദ്ദേശം സമർപ്പിക്കുന്നത്.

ചില്ലക്ഷരങ്ങൾ മലയാളം അക്ഷരമാലയുടെ അവിഭാജ്യഭാഗമാണെന്നും അതിനാൽ അവയ്ക്ക് കോഡ്പേജിൽ സ്ഥാനം നല്കണമെന്നുമായിരുന്നു കേരളസർക്കാരിനുവേണ്ടി സമർപ്പിക്കപ്പെട്ട നിർദ്ദേശം. ഈ നിർദ്ദേശത്തിലെ കുഴപ്പമെന്തെന്നു മനസ്സിലാക്കാൻ അല്പം

സാങ്കേതികവിശദാംശങ്ങൾ മനസ്സിലാക്കേണ്ടത് ആവശ്യമാണ്[2]. ഒരു ഭാഷയിലെ അടിസ്ഥാനാക്ഷരങ്ങൾക്കാണ് കോഡ്പേജിൽ സ്ഥാനംനല്കുക. അടിസ്ഥാനാക്ഷരങ്ങൾ ചേർന്നാണ് കൂട്ടക്ഷരങ്ങൾ ഉണ്ടാവുന്നത്. അതിനാൽ കൂട്ടക്ഷരത്തിന്റെ ഭാഗമായ അക്ഷരങ്ങൾക്ക് കോഡുകൾ നല്കിയാൽ കൂട്ടക്ഷരത്തിന് കോഡ് പ്രത്യേകമായി നല്കേണ്ടതില്ല. അതുപോലെതന്നെയാണ് ഇരട്ടിപ്പുകളും. മലയാളത്തിൽ ചന്ദ്രക്കലയുപയോഗിച്ചാണ് കൂട്ടക്ഷരങ്ങളും ഇരട്ടിപ്പുകളും കമ്പ്യൂട്ടറിൽ ടൈപ്പുചെയ്യുന്നത്. അപ്പോൾ, അടിസ്ഥാനാക്ഷരങ്ങളുടെ കോഡും ചന്ദ്രക്കലയുടെ കോഡും ചേർന്ന് കമ്പ്യൂട്ടർ കൂട്ടക്ഷരങ്ങളും ഇരട്ടിപ്പുകളും നിർമ്മിച്ചെടുക്കുന്നു. മലയാളത്തിലെ ചില്ലുകൾ ചില അടിസ്ഥാനാക്ഷരങ്ങളിൽനിന്ന് നിഷ്പന്നമായവയാണെന്നത് സാമാന്യജ്ഞാനമാണ്. അതിനാൽ അവ കോഡ്പേജിൽ ഉൾക്കൊള്ളിക്കേണ്ടവയല്ല. ഈ വസ്തുത മനസ്സിലാക്കാൻ കഴിയാതെപോയതിനു കാരണം വ്യാകരണം, ഭാഷാശാസ്ത്രം, കമ്പ്യൂട്ടേഷണൽ ലിംഗ്വിസ്റ്റിക്സ് എന്നിവ തമ്മിലുള്ള അന്തരം തിരിച്ചറിയാൻ കഴിയാതെപോയതിനാലാണ്. ഈ വിജ്ഞാനശാഖകളെല്ലാം വ്യത്യസ്തമായ ധർമ്മങ്ങൾ നിറവേറ്റുന്നവയാണ്. എഴുത്തുപകരണം ഉപയോഗിച്ച് ഭാഷ കൈകാര്യം ചെയ്തിരുന്ന കാലത്തുനിന്നും അച്ചടിയന്ത്രത്തിന്റെയും ടൈപ്പ് റൈറ്റിംഗ് മെഷീനിന്റെയും കാലംകടന്ന് നാം കമ്പ്യൂട്ടറിന്റെയും ഇന്റർനെറ്റിന്റെയും സ്മാർട്ട് ഫോണിന്റെയും കാലത്തിൽ എത്തിയിരിക്കുന്നു. ഈ വളർച്ചയോടൊപ്പം ഭാഷയെക്കുറിച്ചുള്ള പുതിയ പഠനമേഖലകൾ വികസിച്ചുകൊണ്ടിരിക്കുന്നു. കമ്പ്യൂട്ടറിനു നല്കിയ ഒരു ടെക്സ്റ്റ് അത് നമ്മെ വായിച്ചുകേൾപ്പിക്കുന്നു, അതുപോലെ നാം പറയുന്ന വാക്കുകൾ കമ്പ്യൂട്ടർ തിരിച്ചറിഞ്ഞ് ടെക്സ്റ്റായി സംരക്ഷിച്ചുവെക്കുന്നു. കമ്പ്യൂട്ടറിന്റെ പ്രയോഗമേഖലകൾ കാഴ്ചശക്തിയില്ലാത്തവർക്കും ശാരീരികവൈകല്യമുള്ളവർക്കും ഉപയോഗിക്കാവുന്നരീതിയിൽ വികസിക്കുന്നു. ഈ വികാസത്തിലെല്ലാം ഭാഷ ഒരു നിർണ്ണായകഘടകമാണ്.

പുതിയ സാങ്കേതികവിദ്യയുടെ കാലത്തെ ഭാഷാപഠനവും ഭാഷാശാസ്ത്രപഠനവും പുതിയ വികാസങ്ങളോട് ഒത്തുപോകാവുന്ന വിധത്തിൽ പുനഃസംവിധാനം ചെയ്യപ്പെടേണ്ടതുണ്ട്. അല്ലെങ്കിൽ സാങ്കേതികവിദ്യയുടെ തലത്തിൽ തികച്ചും അബദ്ധമായ വാദങ്ങൾ

2 ഇക്കാര്യം ചർച്ചചെയ്യുന്ന ഒരു ലേഖനം ഞാൻ മാതൃഭൂമി ആഴ്ചപ്പതിപ്പിൽ പ്രസിദ്ധീകരിച്ചിരുന്നു. അത് ഈ പുസ്തകത്തിൽ ചേർത്തിട്ടുണ്ട്. ഈ ലിങ്കിൽ ലേഖനം ഇന്റർനെറ്റിൽ ലഭ്യമാണ്: http://pothuyogam.blogspot.in/2008/ 02/blog-post.html.

വ്യാകരണത്തിന്റെയും ഭാഷാശാസ്ത്രത്തിന്റെയും പേരിൽ ഉയർന്നുവരും. ചില്ലക്ഷരങ്ങൾ അടിസ്ഥാനാക്ഷരമായി എൻകോഡുചെയ്യണം എന്ന വാദം ഇതിന് ഉദാഹരണമാണ്. (വിശദാംശങ്ങൾക്ക് നേരത്തെ പറഞ്ഞ ലേഖനം നോക്കുക) അടിസ്ഥാനാക്ഷരം (basic character) എന്നനിലയിൽ ചില്ല് എൻകോഡുചെയ്യപ്പെട്ടാൽ സാങ്കേതികമായി വലിയപ്രശ്നങ്ങൾക്ക് വഴിവെക്കുമെന്ന് രചന അക്ഷരവേദിക്കുവേണ്ടി ആർ. ചിത്രജകുമാറും ഗംഗാധരനും ചേർന്ന് തയ്യാറാക്കി സമർപ്പിച്ച രേഖയിൽ വ്യക്തമാക്കിയിരുന്നു. ഒരു അക്ഷരം രണ്ടുരീതിയിൽ എഴുതാവുന്ന അവസ്ഥയാണ് അതിന്റെ ഫലമായി ഉണ്ടാവുക. ഡ്യുവൽ എൻകോഡിംഗ് എന്നറിയപ്പെടുന്ന ഈ അവസ്ഥ വെബ്ബിലെ ഭാഷയുടെ ഉപയോഗത്തിൽ ഗുരുതരമായ പ്രശ്നങ്ങൾ സൃഷ്ടിക്കുമെന്ന് അക്കാലത്ത് വിവിധ ഫോറങ്ങളിൽ നടന്ന സംവാദങ്ങളിൽ വ്യക്തമാക്കപ്പെട്ടതാണ്. എന്നിട്ടും വാശിപിടിച്ച് നേടിയെടുത്തതാണ് ചില്ലക്ഷരങ്ങൾക്കുള്ള കോഡ് പേജിലെ സ്ഥാനങ്ങൾ. അതിന്റെ ഫലമായി കമ്പ്യൂട്ടറിലും ഫോണിലും ടാബിലുമെല്ലാം പലർക്കും ചില്ലക്ഷരത്തിന്റെ സ്ഥാനത്ത് ശൂന്യമായ ചതുരക്കള്ളിയാണ് കിട്ടുന്നത്. ഫോണിലും കമ്പ്യൂട്ടറിലും പലർക്കും ചില്ലക്ഷരങ്ങൾ ടൈപ്പുചെയ്യാനും സാധിക്കുന്നില്ല. ഇതെല്ലാം ചെറിയപ്രശ്നങ്ങളാണ്, ചില ആപ്ലിക്കേഷനുകളുപയോഗിച്ച് പരിഹരിക്കാമെന്നെല്ലാം വാദിക്കാം. എന്നാൽ പ്രത്യക്ഷത്തിൽ കാണുന്നതിനപ്പുറത്താണ് ഈ പ്രശ്നത്തിന്റെ സങ്കീർണ്ണതകൾ കുടികൊള്ളുന്നത്. ഒരു വാക്ക് പല രീതിയിൽ എഴുതാമെന്ന അവസ്ഥയാണ് ഇതിന്റെ ഫലമായുണ്ടാവുന്നത്. പല രീതിയിൽ എഴുതപ്പെട്ട ഈ വാക്കുകൾ പ്രത്യക്ഷത്തിൽ ഒരേപോലെ കാണപ്പെടും. അവ ആന്തരമായി വ്യത്യസ്തമാണ്. അതിനാൽ വ്യാജ വെബ്ബ്‌വിലാസമുണ്ടാക്കാനും കബളിപ്പിക്കുവാനുമെല്ലാം ധാരാളം സാദ്ധ്യതകളാണ് ഇത് തുറന്നിടുന്നത്. സാങ്കേതികവിദ്യയ്ക്ക് ആവശ്യമായ ഭാഷാജ്ഞാനം ഉപയോഗിക്കുന്നതിനുപകരം വ്യാകരണത്തിന്റെയും ഭാഷാശാസ്ത്രത്തിന്റെയും വിവേചനരഹിതമായ പ്രയോഗം നടത്തിയുണ്ടാക്കിയെടുത്ത ഈ ദുഷ്ഫലത്തിൽനിന്നും നാം പാഠം ഉൾക്കൊള്ളേണ്ടതാണ്.

പി. എം. ഗിരീഷ്, സി. ജി. രാജേന്ദ്രബാബു എന്നിവർ എഡിറ്റ് ചെയ്ത മലയാളം *തായ്‌വേരുകൾ പുതുനാമ്പുകൾ* എന്ന പുസ്തകത്തിലെ ലേഖനം.

യൂനിക്കോഡിലൂടെ തിരിച്ചുകിട്ടിയ മലയാളം അക്ഷരങ്ങൾ

മലയാളഭാഷാ കമ്പ്യൂട്ടിംഗിന്റെ ഇത്രയുംകാലത്തെ ചരിത്രത്തിലെ ഏറ്റവും വലിയ നേട്ടമെന്തെന്ന് ചോദിച്ചാൽ അതിന് ഒരൊറ്റ ഉത്തരമേയുള്ളൂ എന്നാണ് എന്റെ പക്ഷം. അത്, കാലക്രമേണ പരിണമിച്ചുണ്ടായ മലയാളലിപിരൂപങ്ങളെ വീണ്ടെടുക്കാൻ ഭാഷാ കമ്പ്യൂട്ടിംഗ് വഴിയൊരുക്കിയെന്നതാണ്. ഇത് പൂർണ്ണമായില്ലെങ്കിലും എന്നെന്നേക്കുമായി ഇല്ലാതായിപ്പോകുമായിരുന്ന ആ ലിപിരൂപങ്ങളെ അവയുടെ സ്വാഭാവികമായ സൗന്ദര്യത്തോടെ ഉപയോഗിക്കാൻ സാധിക്കുന്നവിധത്തിൽ വീണ്ടെടുക്കാൻ നമുക്ക് സാധിച്ചിട്ടുണ്ട്. ഒരുപക്ഷേ, മലയാളഭാഷാ കമ്പ്യൂട്ടിംഗിന്റെ ചരിത്രത്തിലെ ഏറ്റവും വലിയ തർക്കവും പോരാട്ടവും നടന്നത് ഈ കാര്യവുമായി ബന്ധപ്പെട്ടാണെന്നും കാണാനാവും. സമീപകാലത്തെ ചരിത്രത്തിന്റെ ഭാഗമാണ് ഇതെല്ലാമെങ്കിലും രേഖപ്പെടുത്താതെ പോയതും മറവിയിലേക്ക് തള്ളപ്പെട്ടതുമായ നിരവധി വിലപിടിച്ച വിവരങ്ങൾ മലയാളഭാഷാ കമ്പ്യൂട്ടിംഗുമായി ബന്ധപ്പെട്ട് ഉണ്ടെന്ന് അറിയാവുന്നതിനാൽ ഇക്കാര്യം എടുത്തുപറയേണ്ടതുണ്ട്. മറന്നുപോയ ഒരു വിവരം, ആസ്കി എൻകോഡിംഗിന്റെ കാലത്ത് ലിനക്സ് ഓപ്പറേറ്റിംഗ് സിസ്റ്റത്തിന്റെ മലയാളത്തിൽ പ്രവർത്തിപ്പിക്കാവുന്ന ഒരു പതിപ്പ് തയ്യാറാക്കിയിട്ടുണ്ടായിരുന്നു. മലയാളത്തിലെ ഭാഷാ കമ്പ്യൂട്ടിംഗിന്റെ ചരിത്രം തയ്യാറാക്കുമ്പോൾ ഈ മലയാളം പതിപ്പിനെക്കുറിച്ച് പലരോടും ഞാൻ അന്വേഷിച്ചു. പക്ഷെ

വിവരമൊന്നും ലഭിച്ചില്ല. അതിവേഗം പുരോഗമിക്കുകയും പരിണമിക്കു കയും ചെയ്യുന്ന ഒരു മേഖലയിൽ ഇന്ന് ആവശ്യമില്ലാത്തവയെക്കുറിച്ച് ആരും ഓർത്തില്ലെന്ന് വരാം. പക്ഷെ, ഓർക്കാതെ വിട്ടുപോവുന്ന ഇത്തരം കാര്യങ്ങളുടെ മീതെയാവും ഇന്നത്തെ പ്രവർത്തനങ്ങൾ പലതും ചുവടുറപ്പിച്ചിട്ടുള്ളതെന്ന് കാണാവുന്നതാണ്. ലിപിരൂപങ്ങ ളുടെ കാര്യം ഇതിനുമപ്പുറത്താണ്. ഭാഷയുടെ അടിസ്ഥാനപരമായ രൂപങ്ങളിലൊന്ന് ലിഖിതമായ അതിന്റെ രൂപമാണ്. ഉച്ചരിക്കപ്പെട്ടു ന്ന ശബ്ദത്തിന്റെ രേഖാരൂപമായ പ്രതിനിധാനം എന്ന നിലയിൽ ലിപിരൂപങ്ങളാണ് പരമ്പരാഗതമായി വിവരങ്ങളുടെ ശേഖരണം, സംസ്കരണം, വിനിമയം, സംഭരണം എന്നിവയുടെയെല്ലാം അടിത്തറ യായി വർത്തിക്കുന്നത്. അതിനാൽ വിവരസാങ്കേതികതയിൽ അക്ഷ രരൂപങ്ങൾ ഗണ്യമായ പ്രാധാന്യമുള്ള വിഷയമാണ്. മലയാളഭാഷ കംപ്യൂട്ടറിൽ ഉപയോഗിക്കാൻ ആരംഭിക്കുന്ന കാലത്ത് ഇക്കാര്യത്തിൽ തികഞ്ഞ അവ്യവസ്ഥിതത്വമായിരുന്നു ഉണ്ടായിരുന്നത്. മറ്റ് ഇന്ത്യൻ ഭാഷകളുടെ കാര്യത്തിൽ ഉണ്ടായിട്ടില്ലാത്ത ഈ പ്രശ്നം കൈകാര്യം ചെയ്യുകയും പരിഹരിക്കുകയും ചെയ്യുക എന്നത് അതിനാൽ മലയാ ളഭാഷാ കമ്പ്യൂട്ടിംഗിന്റെ മേഖലയിലെ ആദ്യപരിഗണന ലഭിക്കേണ്ട വിഷയമായിരുന്നു. പക്ഷെ അതുണ്ടായില്ല. എന്നുമാത്രമല്ല, നിലവി ലുണ്ടായിരുന്ന പ്രശ്നങ്ങളെ കൂടുതൽ സങ്കീർണ്ണമാക്കാവുന്ന പലതുമാ യിരുന്നു ഭാഷാസൂത്രണരംഗത്ത് അക്കാലത്ത് നടന്നിരുന്നത്. നഷ്ട പ്പെട്ടുപോകുമായിരുന്ന ലിപിരൂപങ്ങൾ വീണ്ടെടുക്കുന്നതോടൊപ്പം പ്രശ്നങ്ങൾ പരിഹരിക്കാനുള്ള ശ്രമവും ഭാവിയെക്കുറിച്ചുള്ള കാഴ്ചപ്പാട് രൂപപ്പെടുത്തലും ഇതിനു സമാന്തരമായി നടന്നു.

ഡസ്ക്ടോപ് കംപ്യൂട്ടർ കടന്നുവരുന്നതോടെ ഇന്ത്യൻ ഭാഷകൾ കംപ്യൂട്ടറിൽ ഉപയോഗിച്ചുതുടങ്ങുന്നുണ്ട്. പത്രങ്ങളായിരുന്നു ഈ രംഗത്ത് കടന്നുവരുന്ന ആദ്യത്തെ പരിശ്രമക്കാർ. കംപ്യൂട്ടർ ടൈപ്പ് സെറ്റിംഗ് വഴി പ്ലേറ്റുകൾ നിർമ്മിക്കുക എന്നത് വളരെ പ്രയാസം കുറഞ്ഞതും മികച്ച അച്ചടിവ്യക്തത നല്കുന്നതുമാണ്. പുസ്തകപ്രസാധ കരാണ് മറ്റൊരു വിഭാഗം. ഇവർക്ക് ആവശ്യമായ സോഫ്റ്റ്‌വെയർ നിർമ്മിച്ചുനല്കിയത് ചില സ്വകാര്യസംരംഭകരായിരുന്നു.[1] സ്വകാര്യസം രംഭകർ തയ്യാറാക്കിയ ഡി ടി പി പാക്കേജുകൾക്ക് പലതരത്തിലുള്ള പ്രശ്നങ്ങൾ ഉണ്ടായിരുന്നു. സാങ്കേതികവിദ്യാപരമായി അവയോ രോന്നും വ്യത്യസ്തങ്ങളായ കോഡുകളാണ് ഓരോ അക്ഷരങ്ങൾക്കും

1 വിശദാംശങ്ങൾക്ക് *മലയാളഭാഷാകമ്പ്യൂട്ടിംഗ് ചരിത്രസംക്ഷേപം കാണുക*

നല്കിയിരുന്നത് എന്നതിനാൽ ഒരു സോഫ്റ്റ്വെയർ ഉപയോഗിച്ച് നിർമ്മിച്ച ടെക്സ്റ്റ് മറ്റൊരു സോഫ്റ്റ്വെയർ ഉപയോഗിക്കുന്ന കംപ്യൂട്ടറിൽ തുറക്കുവാനോ എഡിറ്റ് ചെയ്യാനോ സാധിക്കുമായിരുന്നില്ല. മാത്രമല്ല, ഇവയിൽ ഓരോന്നിലും ലഭിക്കുന്ന അക്ഷരരൂപങ്ങളുടെ എണ്ണത്തിലും വ്യത്യാസമുണ്ടായിരുന്നു. ഒരു സോഫ്റ്റ്വെയർ ഉപയോഗിച്ച് ഇൻപുട്ട് ചെയ്യാനാകുന്ന കൂട്ടക്ഷരം വേറൊരു സോഫ്റ്റ്വെയറിൽ ലഭ്യമാവുകയില്ല. മാത്രമല്ല, മലയാളത്തിലെ അക്ഷരരൂപങ്ങളുടെ രീതികളിൽനിന്നും വ്യത്യസ്തമായ വിധത്തിൽ പല ഇരട്ടിപ്പുകളും കൂട്ടക്ഷരങ്ങളുമായിരുന്നു ഇവയിൽ കിട്ടിയിരുന്നത്. ഉദാഹരണമായി, ഇപ്പോഴും മലയാളത്തിലെ ഒരു പ്രമുഖപ്രസാധകർ ഉപയോഗിക്കുന്ന സോഫ്റ്റ്വെയറിൽ രക്തം എന്ന വാക്കിലെ ക്ത ക-യുടെ കീഴെ ത എന്ന രീതിയിലാണ്. ഇത്തരം അവ്യവസ്ഥിതത്വങ്ങൾ വ്യാപകമായിരുന്ന ഘട്ടത്തിലാണ് സി ഡാക്കിന്റെ ഭാഷാസാങ്കേതികോല്പന്നങ്ങൾ ഐ. എസ്. എം. എന്ന പരമ്പരയിൽ വിപണിയിലെത്തുന്നത്. സ്വകാര്യസംരംഭകർ നിർമ്മിച്ചിരുന്നതും സി ഡാക് പുറത്തിറക്കിയതുമായ സോഫ്റ്റ്വെയറുകളെല്ലാം പുതിയ ലിപിയിലുള്ള മലയാളമാണ് നല്കിയിരുന്നത്. ഈ സന്ദർഭത്തിൽ ഓർക്കേണ്ട ഒരു പ്രധാന വസ്തുതയുണ്ട്. ഫോട്ടോടൈപ്പ് സെറ്റിംഗ് സംവിധാനത്തോടെ ഓഫ്സെറ്റ് അച്ചടി നടത്തിയിരുന്ന പാലക്കാട്ടെ അമ്പാൾ പ്രസ്സ് കമ്പരാമായണം തുടങ്ങിയ പുസ്തകങ്ങൾ അച്ചടിക്കാൻ മലയാളത്തിന്റെ പരമ്പരാഗത ലിപിചിഹ്നങ്ങൾ ലഭ്യമാക്കാൻ ഒരു വിദേശകമ്പനിയുടെ സഹായത്തോടെ സോഫ്റ്റ്വെയറും അത് പ്രവർത്തിപ്പിക്കുവാൻ പ്രത്യേകമായ ഹാർഡ്വെയറും തയ്യാറാക്കിയിരുന്നു. വളരെക്കാലം അവർ അത് ഉപയോഗിച്ച് മലയാളത്തിൽ പുസ്തകങ്ങൾ അച്ചടിച്ചിരുന്നു. സാങ്കേതികവിദ്യയുടെ സഹായത്തോടെ മലയാളത്തിന്റെ തനതുലിപി അച്ചടിയിൽ തിരിച്ചുകൊണ്ടുവരുവാൻ സാധിക്കുമായിരുന്നു. പക്ഷെ അങ്ങനെ ഒരു ശ്രമം ഭാഷാസൂത്രകരുടെ ഭാഗത്തുനിന്നും ഉണ്ടായില്ല.

ശ്രമം ഉണ്ടായില്ലെന്ന് മാത്രം പറഞ്ഞാൽ മതിയാവില്ല. ടൈപ്പ്റൈറ്റിംഗ് മെഷീനിൽ ഉപയോഗിക്കാനായി രൂപമാറ്റം വരുത്തിയ ലിപിയെ അവർ പുതിയ ലിപിയെന്ന് വിളിക്കുകയും പുതുമയ്ക്ക് അനുകൂലമായ സിദ്ധാന്തവത്കരണം നടത്തുകയുമുണ്ടായി. അതിൽ പ്രധാനം, ലിപിയ്ക്ക് യുക്തിപൂർണ്ണവും ഐകരൂപ്യമുള്ളതുമായ അവസ്ഥ കൈവന്നുവെന്നതാണ്. ഉദാഹരണമായി ഉ-കാരം ചേരുന്ന രൂപങ്ങൾ പല വിധത്തിലാണ് എഴുതുന്നത്. ഉ-കാരത്തിന് ഒരു ഉപലിപി ഏർപ്പെടുത്തുകയും

എല്ലാ വ്യഞ്ജനത്തോടും ഒരേ വിധത്തിൽ ചേർക്കാവുന്ന അവസ്ഥ നടപ്പിൽവരുത്തുകയും ചെയ്തു. കൂട്ടക്ഷരങ്ങളും ഇരട്ടിപ്പുകളും ചന്ദ്രക്കല ഉപയോഗിച്ച് പിരിച്ചെഴുതുക എന്നതായിരുന്നു പുതിയ ലിപിയിലെ വലിയ പരിഷ്കാരം. പക്ഷെ, ഈ രീതി നമ്മുടെ നാട്ടിലെ അച്ചുകൂടക്കാർ കൂട്ടക്ഷങ്ങളോ ഇരട്ടിപ്പുകളോ തികയാതെവരുന്ന സന്ദർഭത്തിൽ അച്ച ടിയുടെ ആരംഭകാലം മുതൽ അനുവർത്തിച്ചിരുന്ന ഒരു തന്ത്രമായിരുന്നു. ഋ-കാരം രേഫം എന്നിവ വ്യഞ്ജനങ്ങളോട് ചേരുമ്പോൾ വരുന്ന രൂപപ രിണാമത്തെ വേറെതന്നെ ചിഹ്നം ഉപയോഗിച്ച് മാറ്റുകയെന്നതായിരു ന്നു ലിപിപരിഷ്കരണത്തിന്റെ ഭാഗമായി വരുത്തിയ മറ്റൊരു പരിഷ്കാരം. ഇവയെല്ലാം ചേർന്ന് ഭാഷ നേർരേഖീയമായി എഴുതാവുന്നവിധത്തിൽ രൂപപ്പെട്ടുകയാണെന്ന പ്രതീതി വരുത്തി. അതിനാൽ വ്യഞ്ജനത്തിന് ഇടത്തും വലത്തും മുകളിലും കീഴിലും ഒക്കെയായി സ്വരചിഹ്നങ്ങൾ ചേർക്കുന്ന രീതി മാറ്റി എല്ലായിടത്തും ഒരു പോലെ വ്യഞ്ജനത്തിന് ശേഷം സ്വരം ചേർക്കുക എന്നിങ്ങനെയുള്ള പരിഷ്കാരങ്ങൾ ഉണ്ടായാൽ ഭാഷ പഠിക്കുന്ന അന്യദേശക്കാർക്ക് എളുപ്പമാവും എന്നതുപോലെയുള്ള ആശയങ്ങൾ അവതരിപ്പിക്കപ്പെട്ടു. ച, ല, പ എന്നിങ്ങനെയുള്ള അക്ഷ രങ്ങളുടെ ഇരട്ടിപ്പുകൾ എഴുതുന്ന വിധത്തിലല്ല ക, ത തുടങ്ങിയവയുടെ ഇരട്ടിപ്പുകൾ എഴുതുന്നത്. അതിനും മേല്പറഞ്ഞ തരത്തിൽ ഐകരൂപ്യം വരുത്തിയാൽ പഠനം അനായാസമാകുമെന്നും ഒന്നിനുമീതെ മറ്റൊരു അക്ഷരമോ ഉപലിപിയോ എഴുതുന്ന രീതി മാറ്റിയാൽ നേർരേഖീയ മായ എഴുത്ത് സാദ്ധ്യമാവും എന്ന വാദവും ഉണ്ടായി.

ടൈപ്പ് റൈറ്റിംഗ് മെഷീനിനുവേണ്ടി ലിപി പരിഷ്കരിച്ചതിനുശേഷം കൂടുതൽ പരിഷ്കാരത്തിനുള്ള ഇത്തരം നിരവധി നിർദ്ദേശങ്ങൾ പരിഷ്കാ രപക്ഷപാതികൾ അവതരിപ്പിച്ചിരുന്നതായി കാണാം. അവയെല്ലാം കൗതുകത്തോടെ കേൾക്കുക എന്നതിലപ്പുറം അപകടമൊന്നും സംഭ വിച്ചില്ല. മാത്രമല്ല, കൂട്ടക്ഷരങ്ങളും ഇരട്ടിപ്പുകളുമെല്ലാം ചന്ദ്രക്കലയിട്ട് പിരിച്ചെഴുതുകയെന്ന പരിഷ്കാരം അച്ചടിയിൽ പരിമിതമായി മാത്രമേ ഉപയോഗിച്ചിരുന്നുള്ളൂ. ഉ, ഊ, ഋ, രേഫം എന്നിവയ്ക്ക് ഏർപ്പെടുത്തിയ ഉപലിപിയാണ് വ്യാപകമായി ഉപയോഗിച്ചിരുന്നത്. ഇങ്ങനെ പുതിയ ലിപി ഉപയോഗിക്കുന്നതിലൂടെ മലയാളത്തിലെ ലിപിചിഹ്നങ്ങളുടെ എണ്ണം ഗണ്യമായി കുറയ്ക്കുവാനായി എന്നത് വലിയ ഒരു നേട്ടമായി ലിപി പരിഷ്കരണവാദികൾ അവകാശപ്പെടുകയും ചെയ്തിരുന്നു. ഇംഗ്ലീഷ് ടൈപ്പ് റൈറ്റിംഗ് മെഷീനിലുള്ള കീകൾ മാത്രം ഉപയോഗിച്ച് മലയാളം ടൈപ്പ് ചെയ്യുവാൻ അക്ഷരങ്ങളുടെ എണ്ണം കുറയ്ക്കുകയല്ലാതെ മാർഗ്ഗമില്ല.

അല്ലെങ്കിൽ അമ്പാൾ പ്രസ്സിന് വിദേശികൾ രൂപകല്പന ചെയ്തുകൊടുത്ത കീബോർഡിന്റെ മാതൃകയിൽ ഇരട്ടിയിലധികം കീകളുള്ള മലയാളം കീബോർഡുകൾ ഉണ്ടാക്കണം. ശ്രദ്ധിക്കേണ്ട ഒരു വസ്തുത, ഈ പരിഷ്കരണകോലാഹലം ഇവിടെ നടക്കുമ്പോൾ മറ്റ് ഇന്ത്യൻ ഭാഷകളിലൊന്നും ഇത്തരം പ്രശ്നങ്ങളൊന്നും ഉണ്ടായില്ലെന്നതാണ്.

ടൈപ്പ് റൈറ്റിംഗ് മെഷീനിൽ മലയാളം ടൈപ്പ് ചെയ്യാനായി വെട്ടിമുറിച്ച ഭാഷ കമ്പ്യൂട്ടറിൽ ഉപയോഗിക്കാൻ ഇനിയും പരിഷ്കരിക്കണം എന്ന വാദം ഉന്നയിക്കപ്പെട്ടു. ഈ വാദത്തിന്റെ ഉപജ്ഞാതാക്കളും പ്രചാരകരും സർക്കാരിന്റെ ഭാഷാവിദഗ്ധരും ഭാഷാസൂത്രകരുമായിരുന്നു. അവരുടെ വാദം ഇപ്രകാരം സംഗ്രഹിക്കാം: ഇനി വരാനിരിക്കുന്നത് കമ്പ്യൂട്ടറിന്റെ കാലമാണ്. പാശ്ചാത്യർ രൂപപ്പെടുത്തിയ ഈ ഉപകരണം അവരുടെ ഭാഷയുടെ ക്രമമാണ് പാലിക്കുന്നത്. ഇംഗ്ലീഷിലും പാശ്ചാത്യഭാഷകളിലും ഉള്ള അക്ഷരങ്ങളെക്കാൾ കൂടുതൽ അക്ഷരങ്ങളുണ്ടായാൽ മലയാളം ഡിജിറ്റൽ കാലഘട്ടത്തിൽ പ്രയാസം അനുഭവിക്കും. എന്നുമല്ല, മലയാളത്തിന്റെ ഭാവി ഇരുളടഞ്ഞുപോകും.

ലോകവ്യാപകമായി കമ്പ്യൂട്ടറിൽ ഭാഷകൾ ഉപയോഗിക്കാനായി ഉപയോഗിച്ചിരുന്ന എൻകോഡിംഗ് വ്യവസ്ഥ അക്കാലത്ത് ആസ്കി ആയിരുന്നു. എട്ട് ബിറ്റ് അടിസ്ഥാനമാക്കിയുള്ള ഈ എൻകോഡിംഗ് വ്യവസ്ഥ പിന്തുടർന്നുകൊണ്ടാണ് ആദ്യകാലത്തെ ഭാഷാസോഫ്റ്റ്വെയറുകൾ സ്വകാര്യസംരംഭകരും സി ഡാക്കും നിർമ്മിച്ചിരുന്നത്. മലയാളത്തിൽ പുതിയ ലിപിയാണ് ഉപയോഗിച്ചിരുന്നത് എന്നല്ലാതെ മറ്റ് ഇന്ത്യൻ ഭാഷകളെല്ലാം അവരുടെ പരമ്പരാഗതലിപിതന്നെയാണ് ഇത്തരം സോഫ്റ്റ്വെയറുകളിൽ ഉപയോഗിച്ചിരുന്നത്. മലയാളത്തിൽ ഉള്ള അത്രയും കൂട്ടക്ഷരങ്ങളും ഇരട്ടിപ്പുകളും മറ്റ് ഇന്ത്യൻ ഭാഷകളിലെല്ലാം ഉണ്ടായിരുന്നിട്ടും അവർക്ക് അനുഭവപ്പെടാത്ത ഡിജിറ്റൽ ഭീതി നമ്മുടെ ഭാഷാസൂത്രകർക്ക് ഉണ്ടാകാൻ ഇടയാക്കിയ സാഹചര്യം എന്തെന്ന് വ്യക്തമല്ല. ലോകത്തിലെ ഭാഷകളിലെ ലിപിരൂപങ്ങളുടെ എണ്ണവും അവയുടെ സ്വഭാവസവിശേഷതകളും വ്യത്യസ്തമാണ്. ചൈനയിലെ ഭാഷയായ മണ്ടാരിനിൽ നാലായിരത്തോളം ലിപിചിഹ്നങ്ങളുണ്ട്. അവ ചിത്രലിപികളുടെ ഗണത്തിൽപ്പെട്ടവയാണ്. ചൈനീസ്, ജാപ്പനീസ്, കൊറിയൻഭാഷകൾ ഈ ഗണത്തിൽപ്പെടുന്നു. അറബി, പേഴ്സ്യൻ തുടങ്ങിയ ഭാഷകൾ വലതുവശത്തുനിന്ന് ഇടതുവശത്തേക്ക് എഴുതുന്നവയാണ്. ഇത്തരം സവിശേഷതകളുള്ള ഭാഷാസമൂഹങ്ങൾക്ക് ഒന്നും ഉണ്ടായിട്ടില്ലാത്ത ഈ ഡിജിറ്റൽ പാരനോയിയ നമ്മുടെ

ഭാഷാസൂത്രകർ വിവിധതലങ്ങളിൽ പ്രചരിപ്പിക്കുകയും അതിന്റെ അടിസ്ഥാനത്തിൽ മലയാളത്തിലെ അക്ഷരങ്ങളുടെ എണ്ണം കുറയ്ക്ക ണമെന്നും നേർരേഖീയമായ എഴുത്തുരീതിയിലേക്ക് മാറണമെന്നുമെല്ലാം വാദിച്ചുതുടങ്ങി. കമ്പ്യൂട്ടറും ടൈപ്പ് റൈറ്റിംഗ് മെഷീനും തമ്മിലുള്ള അന്തരം മനസ്സിലാക്കിയിട്ടില്ലാത്തവരും ലോകത്തുള്ള വിവിധതരം ഭാഷകൾ എങ്ങനെയാണ് കമ്പ്യൂട്ടറിൽ ഉപയോഗിക്കുന്നതെന്ന് മനസ്സിലാക്കിയിട്ടില്ലാത്തവരുമാണ് ഈ വാദങ്ങളുടെ ഉപജ്ഞാതാക്കളും ഉപഭോക്താക്കളുമെന്ന് തിരിച്ചറിയാൻ പ്രയാസമില്ല. പക്ഷെ, അവർ ഭാഷാസൂത്രകരാണ് എന്നതിനാൽ അവരുടെ തീർപ്പുകൾ ശരിയായാലും തെറ്റായാലും ഭാഷയെ ബാധിക്കും എന്ന് ഉറപ്പാണ്. ലിപിപരിഷ്കരണത്തിന്റെ രണ്ടാംഘട്ടം അണിയറയിൽ ഒരുങ്ങുമ്പോഴാണ് അതിന്റെ വിപത്തുകൾ ചെറുക്കുവാനുള്ള ഒരു ചെറുസംഘം പ്രവർത്തനം ആരംഭിക്കുന്നത്.

ഭാഷാസൂത്രകർ അവതരിപ്പിക്കുന്ന ഒരു അടിസ്ഥാനവുമില്ലാത്ത ഡിജിറ്റൽ ഭീതിയുടെ ഭാഗമായ ഭാഷാപരിഷ്കരണത്തിന്റെ പൊള്ളത്തരം തുറന്നുകാട്ടാനായി, കേരള സർവ്വകലാശാലയുടെ ലക്സിക്കൻ വകുപ്പിൽ ജോലിചെയ്തിരുന്ന ഭാഷാശാസ്ത്രജ്ഞനായ ആർ. ചിത്രജകുമാറിന്റെ നേതൃത്വത്തിലാണ് രചന അക്ഷരവേദി എന്ന സംഘം പ്രവർത്തനം ആരംഭിക്കുന്നത്. ലക്സിക്കൻ വിഭാഗത്തിലെ പി. ഗംഗാധരൻ, പീച്ചി വനഗവേഷണകേന്ദ്രത്തിലെ കെ. എച്ച്. ഹുസ്സൈൻ, ഡോ. വിജയകുമാരൻനായർ, സുഭാഷ് കുര്യാക്കോസ് എന്നിവരും രചന അക്ഷരവേദിയുടെ പ്രവർത്തനങ്ങളിൽ ശാസ്ത്രീയമായ പങ്കാളിത്തം വഹിച്ചു. ലോഹത്തിന്റെ അച്ചുകൾ ഉപയോഗിച്ച് അച്ചടി നടത്തിയിരുന്ന കാലത്ത് ഒരു പ്രസ്സിൽ സാധാരണനിലയിൽ നാനൂറോളം ടൈപ്പ് കേയ്സുകളാണ് ഉണ്ടായിരുന്നത്. ഒരു കേയ്സിൽ ഒരു അക്ഷരരൂപത്തിന്റെ അച്ച് എന്നതാണ് രീതി എന്നതിനാൽ മലയാളം അച്ചടിക്ക് നാനൂറോളം അക്ഷരരൂപങ്ങൾ ആവശ്യമായിരുന്നുവെന്ന് മനസ്സിലാക്കാം. ഹെർമൻ ഗുണ്ടർട്ട്, ബെഞ്ചമിൻ ബെയിലി എന്നിവരുടെ കാലംമുതൽ ഉപയോഗിച്ചിരുന്ന അക്ഷരരൂപങ്ങളും സാദ്ധ്യമായ കൂട്ടക്ഷരങ്ങളുമെല്ലാം ചേർന്നാൽ തൊള്ളായിരത്തിനടുത്ത് ലിപിരൂപങ്ങളാണ് മലയാളം അച്ചടിക്ക് വേണ്ടിവരികയെന്ന് ചിത്രജകുമാറിന്റെ നേതൃത്വത്തിലുള്ളവരുടെ ഗവേഷണത്തിലൂടെ കണ്ടെത്തി. ഈ അക്ഷരരൂപങ്ങൾ കംപ്യൂട്ടറിൽ ഉപയോഗിക്കാനാവുമോ എന്ന പ്രശ്നത്തിന് ഉത്തരം കണ്ടെത്തുന്നത് കെ. എച്ച്. ഹുസ്സൈന്റെ നേതൃത്വത്തിലാണ്.

വിൻഡോസ് ഓപ്പറേറ്റിംഗ് സിസ്റ്റത്തിൽ മൈക്രോസോഫ്റ്റ് വേഡിൽ ഒരു പ്ലഗ് ഇന്നിന്റെ സഹായത്തോടെ മലയാളത്തിന്റെ സമഗ്രലിപി സഞ്ചയം കമ്പ്യൂട്ടറിൽ ഇൻപുട്ട് ചെയ്യാനായി ഹുസ്സൈൻ പ്രോഗ്രാം തയ്യാറാക്കി. 1999 ജൂലായ് 7-ന് തിരുവനന്തപുരത്തെ വി. ജെ. ടി. ഹാളിൽ സംഘടിപ്പിച്ച ഭാഷാസംരക്ഷണത്തിനായുള്ള സമ്മേളനത്തിൽ തനതുലിപി കമ്പ്യൂട്ടറിൽ അനായാസമായി ഇൻപുട്ട് ചെയ്യാനാകുമെന്ന് വിശദീകരണത്തോടെ സദസ്സിനുമുന്നിൽ കാണിച്ചു. ഹാളിൽ സജ്ജമാക്കിവെച്ചിരുന്ന കമ്പ്യൂട്ടറുകളിൽ ഇത് പരീക്ഷിച്ചുനോക്കാനും സംവിധാനമുണ്ടായിരുന്നു.

മൈക്രോസോഫ്റ്റ് വേഡിൽ മലയാളം ഇൻപുട്ട് ചെയ്തുകാണിക്കാനായി തയ്യാറാക്കിയ പ്ലഗ് ഇന്നിനെ ഒരു സ്വതന്ത്രമായ ആപ്ലിക്കേഷനായി തയ്യാറാക്കിയാൽ അഡോബിന്റെ പേജ്മേക്കറിലും മറ്റും ഉപയോഗിക്കാമെന്ന നിർദ്ദേശത്തെത്തുടർന്ന് ഹുസ്സൈൻ ഇതിനെ രചന എന്ന പേരിലുള്ള ടെക്സ്റ്റ് എഡിറ്ററായി പിന്നീട് വികസിപ്പിച്ചു. അതോടൊപ്പം സി ഡാക്കിന്റെ ഐ. എസ്. എം. പരമ്പരയിലെ ആപ്ലിക്കേഷനുകൾ ഉപയോഗിച്ച് തയ്യാറാക്കിയ മലയാളം ടെക്സ്റ്റുകൾ തനതുലിപിയിലേക്ക് പരിവർത്തനം ചെയ്യാനുള്ള ഒരു സംവിധാനവും വികസിപ്പിച്ചെടുത്തു. ഇത് രചന ടെക്സ്റ്റ് എഡിറ്ററിന്റെ പിന്നീടുള്ള ഒരു പതിപ്പിൽ ഉൾക്കൊള്ളിക്കുകയും ചെയ്തു. രചന ടെക്സ്റ്റ് എഡിറ്ററിനുവേണ്ടി തയ്യാറാക്കിയ മലയാളത്തിലെ സമഗ്രമായ ലിപിസഞ്ചയം, റിച്ചാർഡ് സ്റ്റാൾമാൻ കേരളത്തിൽ വന്നപ്പോൾ അദ്ദേഹത്തെ കാണിച്ചു. അത് ലോകത്തിനായി, സ്വതന്ത്രമായ ഉപയോഗത്തിനായി പ്രസിദ്ധീകരിക്കാനായി അദ്ദേഹം ഉപദേശിച്ചു. അത് സ്വീകരിച്ചുകൊണ്ട്, രചന അക്ഷരവേദി തയ്യാറാക്കിയ മലയാളത്തിന്റെ സമഗ്രമായ ലിപി സഞ്ചയം പ്രസിദ്ധീകരിക്കുകയും ചെയ്തു. ഈ ലിപിസഞ്ചയം പിന്നീട് കെവിൻ മേനോത്ത് അഞ്ജലി ഓൾഡ് ലിപി എന്ന യൂനിക്കോഡ് തനതുലിപി ഫോണ്ട് തയ്യാറാക്കുന്നതിന് പ്രയോജനപ്പെടുകയും ചെയ്തു. കെവിൻ തയ്യാറാക്കിയ ഫോണ്ടായിരുന്നു ബ്ലോഗിംഗിന്റെ ആദ്യകാലത്ത് ലഭ്യമായിരുന്ന യൂനിക്കോഡ് എൻകോഡിംഗിലുള്ള മലയാളം ഫോണ്ട്. 2005-ൽ ചിന്ത ഡോട്ട് കോം എന്ന മലയാളത്തിലെ ആദ്യത്തെ യൂനിക്കോഡ് എൻകോഡിംഗിൽ അധിഷ്ഠിതമായ വെബ് പോർട്ടലിനായി ഹുസ്സൈൻ രചന എന്ന പേരിൽത്തന്നെ വേറെ ഒരു യൂനിക്കോഡ് ഫോണ്ട് തയ്യാറാക്കി. കെവിൻ തയ്യാറാക്കിയത് സാൻസ് സെരിഫ് ഫോണ്ടായിരുന്നു, ഹുസ്സൈൻ തയ്യാറാക്കിയത് സെരീഫ്

ഫോണ്ടും. ഇവ രണ്ടിലും സൂക്ഷ്മമായ സാങ്കേതികവ്യത്യാസങ്ങളുണ്ട്. എന്നിരുന്നാലും ഈ രണ്ട് യൂനിക്കോഡ് ഫോണ്ടുകൾ ബ്ലോഗിംഗിലും ചാറ്റിംഗിലും മറ്റ് വെബ്ബധിഷ്ഠിതപ്രവർത്തനങ്ങളിലും ഉപയോഗിക്കാൻ തുടങ്ങിയതോടെ മലയാളത്തിന് എന്നെന്നേക്കുമായി നഷ്ടപ്പെട്ടുപോകുമായിരുന്ന മലയാളത്തിന്റെ സമഗ്രലിപിസഞ്ചയം വീണ്ടെടുക്കപ്പെട്ടു. മാത്രമല്ല, നമ്മുടെ ഭാഷാസൂത്രകർ അവതരിപ്പിച്ച സിദ്ധാന്തങ്ങൾ തീർത്തും അസംബന്ധമായിരുന്നുവെന്ന് തെളിയിക്കപ്പെടുകയും ചെയ്തു.

മലയാളഭാഷാ കമ്പ്യൂട്ടിംഗുമായി ബന്ധപ്പെട്ട കാര്യങ്ങളുടെ ചരിത്രം പരിശോധിച്ചാൽ, ആദ്യകാലത്തെ സ്വകാര്യസംരഭകരും പിന്നീട് സിഡാക്, പൂനെയും നല്കിയ സംഭാവനകൾ കഴിഞ്ഞാൽ ബാക്കിയെല്ലാം തന്നെ സന്നദ്ധസേവകരുടെ സംഭാവനകളായിരുന്നുവെന്ന് കാണാം. രചന അക്ഷരവേദിയിൽ നിന്ന് ആരംഭിക്കുന്ന സന്നദ്ധസേവകസംഘങ്ങളുടെ പ്രവർത്തനം പ്രവാസിമലയാളികളുടെ സംഘമായ വരമൊഴി ഗ്രൂപ്പ്, ഫ്രീ സോഫ്റ്റ്‌വെയർ സംഘമായ സ്വതന്ത്രമലയാളം കമ്പ്യൂട്ടിംഗ്, ഇൻഡിക് ഡോട്ട് ഓർഗ് എന്നിവയിലൂടെ പുതിയ ദിശകളിൽ മുന്നേറുകയാണ്. നേരത്തെ പരാമർശിച്ച് കെവിൻ മേനോത്തിനു പുറമെ ഭാഷാ കമ്പ്യൂട്ടിംഗുമായി ബന്ധപ്പെട്ട നയപരവും ആസൂത്രണപരവുമായ വിഷയങ്ങളിൽ നേതൃത്വപരമായ പങ്ക് വഹിക്കുന്ന അനിവർ അരവിന്ദ്, നിരവധി ഫോണ്ടുകളും ആപ്ലിക്കേഷനുകളും വികസിപ്പിച്ചെടുക്കുകയും പുതിയ പ്രോഗ്രാമർമാരുടെ മാർഗ്ഗദർശിയുമായ സന്തോഷ് തോട്ടിങ്ങൽ എന്നിവരുടെ പേര് പരാമർശിക്കാതെ ഈ കുറിപ്പ് പൂർത്തീകരിക്കാനാവില്ല. ടൈപ്പിറ്റ് എന്ന ആപ്ലിക്കേഷൻ വികസിപ്പിച്ച രാമചന്ദ്രൻ, സുറുമ എന്ന ഫോണ്ടിന്റെ ശില്പി സുരേഷ് എന്നിങ്ങനെ നിരവധി സന്നദ്ധപ്രവർത്തകരുടെ ഉത്സാഹത്തിന്റെ ഫലമാണ് കമ്പ്യൂട്ടറിലും മൊബൈൽ ഫോൺ ഉൾപ്പെടെയുള്ള ഹാന്റ് ഹെൽഡ് ഡിവൈസുകളിലും നാമിന്ന് ഉപയോഗിക്കുന്ന മലയാളം. സർക്കാർ സംവിധാനങ്ങൾ പണ്ട് കവി പാടിയതുപോലെ അതിങ്ങലെങ്ങാണ്ടാരിടത്തിരുന്നു നോക്കുന്ന മർത്ത്യൻ കഥയെന്തു കണ്ടു എന്ന മട്ടിൽ ഇതികർത്തവ്യതാമൂഢരായി ഇരിക്കുകതന്നെയാണ്.

ഇൻഫോ കൈരളി മാസിക, നവംബർ 2018.

ലിപിപരിഷ്കരണം, മാനകീകരണം പിന്നെ ഭാഷാനശീകരണവും

ഒരു ഇടവേളയ്ക്കുശേഷം മലയാളലിപി വീണ്ടും ചർച്ചാവിഷയമായിരിക്കുന്നു. വാരികയിൽ[1] കെ. എച്ച്. ഹുസൈൻ എഴുതിയ ലേഖനത്തിന് (സെപ്റ്റംബർ-30), കേരള ഭാഷാ ഇൻസ്റ്റിറ്റ്യൂട്ടിന്റെ ഡയറക്ടർ ഡോ. എം. ആർ. തമ്പാനും (ഒക്ടോബർ 28.), ടി. ജി. ഹരികുമാറും (കത്ത്, നവംബർ 4.) മറുപടിയെഴുതിക്കൊണ്ടാണ് ഇപ്പോഴത്തെ ചർച്ച ആരംഭിച്ചിരിക്കുന്നത്. ഹുസൈൻ ഉന്നയിച്ച വാദങ്ങൾ കേരള ഭാഷാ ഇൻസ്റ്റിറ്റ്യൂട്ടുമായി ബന്ധപ്പെട്ടവയാണെന്നതിനാൽ അതിന്റെ ഉത്തരവാദപ്പെട്ട ഉദ്യോഗസ്ഥർ കാര്യങ്ങൾ വിശദീകരിക്കേണ്ടതുതന്നെ. പക്ഷേ, ഡോ. തമ്പാന്റെ വിശദീകരണം, ചർച്ചചെയ്യുന്ന വിഷയത്തിൽ അദ്ദേഹത്തിനുള്ള അജ്ഞത തെളിയിക്കുന്നതും വസ്തുതകൾ അറിയാത്ത നിഷ്കളങ്കരെ തെറ്റിദ്ധരിപ്പിക്കുന്നതുമാണ്. അറിവില്ലാത്ത വിഷയത്തെക്കുറിച്ച് എഴുതുമ്പോൾ അബദ്ധങ്ങൾ പിണയുമെന്നത് സ്വാഭാവികം. എന്നാൽ മലയാളഭാഷയെക്കുറിച്ചും ലിപിപരിഷ്കരണം, മാനകീകരണം എന്നിവയെക്കുറിച്ചും ഇത്തരം കാര്യങ്ങൾ കൈകാര്യം ചെയ്യാനായി സർക്കാർ സ്ഥാപിച്ച സ്ഥാപനത്തിന്റെ ഒരു അധികാരിയെന്നനിലയിൽ വിശദീകരിക്കുമ്പോൾ നിരുത്തരവാദപരമായ വിശദീകരണമല്ല നികുതിദായകരായ പൊതുജനം പ്രതീക്ഷിക്കുന്നത്. ഡോ. തമ്പാൻ പറയുന്ന ഒരു കാര്യം നോക്കുക: “മലയാളത്തിന്

1 മലയാളം വാരിക

നിരവധി പാക്കേജുകളുണ്ട്. എന്നാൽ ഇവ ഉപയോഗിച്ച് വേറെ പാക്കേജുകൾ ഉണ്ടാക്കാനാവുന്നില്ല." മലയാളഭാഷ ഇങ്ങനെ ഒരു പ്രശ്നം നേരിടുന്നുവെന്ന്, മലയാളത്തിലെ പ്രമുഖവാരികകളിലൊന്നിൽ കേരള ഭാഷാ ഇൻസ്റ്റിറ്റ്യൂട്ടിന്റെ ഡയറക്ടർ എഴുതിയത് വായിച്ചാൽ ആരും വിശ്വസിച്ചുപോകും, അദ്ദേഹം പറയുന്നത് വാസ്തവമാണെന്ന്. എന്നാൽ, ഈ പാക്കേജ് പ്രശ്നം എന്തെന്ന് ഡോ. തമ്പാൻ തന്നെ വിശദീകരിച്ചുതരണം, എന്നാലേ അദ്ദേഹം ഉദ്ദേശിക്കുന്നത് എന്തെന്ന് മനസ്സിലാക്കാനാകൂ. സോഫ്റ്റ്‌വേർ പാക്കേജുകളുടെ കാര്യമാവും പറയുന്നതെന്നാണ് തോന്നുക. എന്നാൽ ഒരു പാക്കേജ് വെച്ച് വേറൊന്ന് ഉണ്ടാക്കുന്ന വിദ്യയെന്താണെന്നും അതിനായി ലിപിമാനകീകരണം നടത്തുന്നതെന്തിനാണെന്നും എത്ര ആലോചിച്ചിട്ടും മനസ്സിലായില്ല. മാത്രമല്ല, അദ്ദേഹം മലയാളം സോഫ്റ്റ്‌വേറുകളെപ്പറ്റി പറയുന്നുണ്ട്. കാർത്തിക തുടങ്ങി പലതുമാണ് അദ്ദേഹം പറയുന്നത്. അതിൽ ചിലത് ഫോണ്ടാണ്, മറ്റുചിലത് ടെക്സ്റ്റ് എഡിറ്ററുകളാണ്. ഇവയെ എങ്ങനെയാണ് ലിപിമാനകീകരണത്തിലൂടെ, ഒന്നിൽനിന്ന് മറ്റൊന്നുണ്ടാക്കുന്നവയാക്കി മാറ്റുന്നതെന്ന് ഡോ. തമ്പാൻ തന്നെ വിശദീകരിച്ചാലേ അദ്ദേഹം മനസ്സിലാക്കിയതും ഉദ്ദേശിച്ചതും എന്തെന്ന് മനസ്സിലാക്കാനാവൂ.

കലുഷമാക്കപ്പെട്ട ലിപിവ്യവസ്ഥ

കേരളത്തനിമയെന്ന പേരിൽ കേരള ഭാഷാ ഇൻസ്റ്റിറ്റ്യൂട്ട് നടപ്പിൽ വരുത്താൻ ശ്രമിച്ച പരിഷ്കാരം പുനരാരംഭിക്കുന്നത് മലയാളലിപിക്ക് വിനാശകരമായിത്തീരുമെന്നാണ് മലയാളം വാരികയിലെ ലേഖനത്തിൽ ഹുസ്സൈൻ പറഞ്ഞത്. 1968-ൽ നടന്ന ലിപിപരിഷ്കരണത്തിന്റെ തുടർച്ചയായി കേരളത്തനിമയെ കാണുകയാണ് ഹുസ്സൈൻ. അതിനാൽ കേരളത്തനിമ ലിപിപരിഷ്കരണമാണെന്ന് കരുതുന്നു. എന്നാൽ അതിനു മറുപടിയെഴുതിയ ഡോ. തമ്പാൻ ഭാഷാ ഇൻസ്റ്റിറ്റ്യൂട്ട് ലിപിപരിഷ്കരണം നടത്തിയിട്ടില്ലെന്ന് പറയുന്നു. കേരളത്തനിമ ലിപി മാനകീകരണമാണെന്നാണ് അദ്ദേഹത്തിന്റെ വാദം. തങ്ങൾ നടത്തിയിട്ടില്ലാത്ത ലിപി പരിഷ്കരണത്തിന്റെ പേരിൽ കുറ്റപ്പെടുത്തുന്നുവെന്നും തമ്പാൻ പറയുന്നു. എന്നാൽ, വസ്തുതകൾ വിവരിക്കുമ്പോൾ അദ്ദേഹം ലിപി പരിഷ്കരണത്തിന്റെ വക്താവായിത്തന്നെയാണ് സംസാരിക്കുന്നത്. മലയാളത്തിലെ ലിപികളുടെ എണ്ണം തൊണ്ണൂറാക്കി ചുരുക്കിയെന്നതിലുള്ള ആവേശം അദ്ദേഹം പ്രകടമാക്കുകയും ചെയ്യുന്നു.

ലിപിപരിഷ്ക്കരണമല്ല ലിപി മാനകീകരണമാണ് തങ്ങൾ നടത്തിയതെങ്കിൽ അതിൽ കാണേണ്ടത് നിലവിലുള്ള പല ലിപിരീതികളിൽ ഒന്നിനെ മാനകമായി സ്വീകരിക്കുന്നതാണ്. എന്നാൽ അതുമല്ല ഇവിടെ സംഭവിച്ചത്; അതിന്റെ നേരെ വിപരീതമാണ്. മലയാളത്തിലെ ഒരു ശബ്ദത്തിനുതന്നെ പലതരം എഴുത്ത്/അച്ചടിരീതികൾ ഉണ്ടായിത്തീർന്നത് 1968-ലെ പരിഷ്ക്കരണത്തിന്റെ ഫലമായാണ്. തമ്പാൻ ഉദാഹരിക്കുന്ന ഗ്ര, പ്ര തുടങ്ങിയ ലിപികളിൽ പറച്ചിലിനു വിരുദ്ധമായി ആദ്യം രേഫവും പിന്നീട് വ്യഞ്ജനവും എഴുതുന്ന രീതി അതിനു മുമ്പ് മലയാളത്തിലുണ്ടായിരുന്നില്ല. രണ്ടായി വിഭജിക്കാനാവാത്ത ഒറ്റ ലിപിയാണ് അതിനുപയോഗിച്ചിരുന്നത്. മാത്രമല്ല പറയുന്നതുപോലെ എഴുതുന്ന ഭാഷ എന്നു പറയുന്നത് വർണ്ണമാല ഉപയോഗിച്ചെഴുതുന്ന, ഇംഗ്ലീഷ്പോലുള്ള ഭാഷകളുടെ എഴുത്തുരീതിയുമായി താരതമ്യപ്പെടുത്തിയാണ്. ഇംഗ്ലീഷിലുള്ളതുപോലെ സ്പെല്ലിംഗ് പ്രശ്നം അക്ഷരമാലയിലെഴുതുന്ന ഭാഷകൾക്കില്ല എന്നാണതിനർത്ഥം. അല്ലാതെ എല്ലാം പറയുന്നതുപോലെതന്നെ എഴുതും എന്ന അർത്ഥത്തിലല്ല. അങ്ങനെ ഒരു ഭാഷയുമുണ്ടാവില്ല. വാമൊഴിയിലെ ഈണം മാത്രം പരിഗണിച്ചാൽ ഇതു ബോദ്ധ്യപ്പെടും. വസ്തുതകൾ ഇങ്ങനെയായിരിക്കേ മലയാളിയല്ലാത്ത ഏതോ ഒരു ഓഫീസർ പറഞ്ഞതുകേട്ട് മലയാളമെഴുത്തിനെ മാറ്റാൻ ശ്രമിച്ച എന്നു അഭിമാനത്തോടെ വിശദീകരിക്കുന്നിടത്തു തന്നെ പരിഷ്കരണമെന്നോ മാനകീകരണമെന്നോ പറയുന്ന പരിപാടിയുടെ നിലവാരം വെളിവായിപ്പോകുന്നുണ്ട്.

ഭാഷാ ഇൻസ്റ്റിറ്റ്യൂട്ട് ലിപിപരിഷ്കരണം നടത്തിയിട്ടില്ലെങ്കിൽ ചില്ലുകൾക്കു ശേഷം ക-ച-ട-ത-പ-കൾ ഇരട്ടിക്കേണ്ടതില്ല തുടങ്ങിയ പരിഷ്ക്കാരം എങ്ങനെ ഉണ്ടായി എന്നു ചോദിക്കേണ്ടി വരും. എൻ. വി. കൃഷ്ണവാരിയർ എന്ന ഒരു വ്യക്തി ഒറ്റയ്ക്ക് അത് നടപ്പിലാക്കുകയായിരുന്നുവെങ്കിൽ പിന്നെയെന്തിനാണ് നോക്കുകുത്തിയായി സർക്കാർ ചെലവിൽ ഒരു ഇൻസ്റ്റിറ്റ്യൂട്ട് എന്നു ചിന്തിക്കാനെങ്കിലും തമ്പാൻ തയ്യാറാവേണ്ടതുണ്ട്. മാനകീകരിക്കുകയായിരുന്നു ലക്ഷ്യമെങ്കിൽ ശൂരനാട്ടു കുഞ്ഞൻപിള്ളയുടെ നേതൃത്വത്തിൽ നിർദ്ദേശിച്ച ലിപിവ്യവസ്ഥയിലേക്ക് മടങ്ങിപ്പോവുകയാണ് പ്രധാനമായും വേണ്ടത്. കേരളത്തനിമയാകട്ടെ നല്കുന്ന നിർദ്ദേശങ്ങൾ വിചിത്രമാണ്. അതിനു കാരണം 1968-ലെ ലിപിപരിഷ്കരണത്തിനുശേഷം എൻ. വി. കൃഷ്ണവാരിയരും മറ്റും ചെയ്ത പരിഷ്ക്കരണശ്രമങ്ങളുടെ പോരായ്മ പരിഹരിക്കാനുള്ള യത്നമാണത് എന്നതാണ്. ചില ലിപികളെ റദ്ദാക്കാനുള്ള

നടപടികളാണ് മലയാളത്തനിമയും ഡോ. പ്രബോധചന്ദ്രൻനായരും ആലോചിച്ചുകൂട്ടിയത്. 'ഋ'കാരത്തിന്റെ ലിപി തീരെ ഒഴിവാക്കി പകരം - 'റ്' എന്നെഴുതുകയാണ് വേണ്ടത് എന്നാണ് അതിലൊരു നിർദ്ദേശം.

ഇതെങ്ങനെയാണ് ലിപിമാനകീകരണമാകുന്നത്? ഇനി മാനകീകരണമാണെന്നുതന്നെ ഇരിക്കട്ടെ, അത് പിന്തുടരുന്ന ഏതെങ്കിലും ഒരു പ്രസിദ്ധീകരണശാല, ഭാഷാ ഇൻസ്റ്റിറ്റ്യൂട്ട് ഉൾപ്പെടെ, കേരളത്തിലുണ്ടോ? തങ്ങൾക്കുപോലും പിന്തുടരാൻ നാണക്കേടുതോന്നുന്ന ആ നിർദ്ദേശങ്ങളുടെ പേരിലാണ് അദ്ദേഹം ആവേശംകൊള്ളുന്നത്. അത് അനുസരിച്ചാൽ മലയാളത്തിന്റെ എഴുത്തുരീതി ഇപ്പോഴുള്ളതിനെക്കാൾ വഷളാവുകയാണ് ചെയ്യുക എന്ന കാര്യത്തിൽ ഭാഷാ ഇൻസ്റ്റിറ്റ്യൂട്ട് ഡയറക്ടർക്കല്ലാതെ മറ്റാർക്കും സംശയമുണ്ടാവില്ല. ലിപിപരിഷ്കരണം മലയാളപഠനത്തെ ലളിതമാക്കി എന്ന തമ്പാന്റെ വിചാരം വസ്തുതകളുമായി പൊരുത്തപ്പെടുന്നില്ല. മലയാളം എഴുതുമ്പോൾ ഓരോ അക്ഷരത്തിനും ഒന്നിൽക്കൂടുതൽ സാദ്ധ്യതകൾ നല്കി ലിപിവ്യവസ്ഥയെ കലുഷമാക്കുകയാണ് ലിപിപരിഷ്കരണം ചെയ്തത്. ഇന്ന് മലയാളമെഴുത്തിൽ കുട്ടികൾ ഉപയോഗിക്കുന്ന ചിഹ്നങ്ങൾ പലതും പരിഷ്ക്കരണത്തിനു മുമ്പ് ഉപയോഗിച്ചവയോ പരിഷ്കരണത്തിലൂടെ നടപ്പിലാക്കിയതോ അല്ല. അതവർ സ്വയം ഉണ്ടാക്കിയെടുത്തതാണ്. വ്യത്യസ്തദേശക്കാരായ കുട്ടികൾ അതിൽ പുലർത്തുന്ന സമാനതകൾ മാത്രം ശ്രദ്ധിച്ചാൽ മതിയാകും, പരിഷ്കരിക്കുന്നതിനുമുമ്പ് ഭാഷയുടെ പാരമ്പര്യവും നിയമങ്ങളും പരിഗണിക്കണമെന്നു മനസ്സിലാകാൻ. കുസൃതികുറപ്പും വർണകാഴ്ചകളും എല്ലാം സിനിമാപോസ്റ്ററായി വരുന്നത് ലിപിപരിഷ്കരണത്തിന്റെ പരോക്ഷഫലമായിട്ടാണ്. തോന്നിയതുപോലെ എഴുതാൻ അനുവാദം നല്കുന്ന പരിഷ്കരണത്തെ എന്തുതന്നെ വിളിച്ചാലും മാനകീകരണം എന്നു വിളിക്കാനാവുകയില്ല. മലയാളമെഴുത്തിന്റെ കാര്യത്തിൽ ഭാഷാ ഇൻസ്റ്റിറ്റ്യൂട്ട് ചെയ്ത ദ്രോഹങ്ങൾ ചില്ലറയൊന്നുമല്ല. തമ്പാൻ പറയുന്ന മലയാളം അച്ചടിയും എഴുത്തും ഒരു സ്റ്റൈൽ ബുക്ക്. ഒറ്റത്തവണ മറിച്ചുനോക്കിയാൽ മതി, സാമാന്യബുദ്ധിയുള്ളവർക്ക് അതു മനസ്സിലാകാൻ. ഇതേ അന്ധതയോടെ മൊബൈൽഫോണിലേക്ക് മലയാളത്തെ വെട്ടിച്ചുരുക്കാൻ തമ്പാനും കൂട്ടരും ശ്രമിച്ചാൽ ഉണ്ടാകാവുന്ന വിപത്ത് മനസ്സിലാകാൻ അത്രയ്ക്ക് ഭാവനയൊന്നും വേണ്ട, സാമാന്യയുക്തി മതി.

ടൈപ്പ്റൈറ്റർ മലയാളം

ടൈപ്പ്റൈറ്ററിൽ മലയാളം ഉപയോഗിക്കാനായി ലിപികളുടെ എണ്ണം ചുരുക്കാൻ സർക്കാർ നിയോഗിച്ച കമ്മിറ്റിയുടെ നിർദ്ദേശം നടപ്പിലാക്കുന്നതിലൂടെയാണ് 1968-ലെ ലിപിപരിഷ്കരണം നടന്നത്. അതിനെ ബെഞ്ചമിൻ ബെയിലിയും കണ്ടത്തിൽ വറുഗീസ് മാപ്പിളയും നടത്തിയ ശ്രമങ്ങളുമായി ബന്ധിപ്പിച്ച് പറയുന്നത് ധിക്കാരവും ചരിത്രത്തോടുള്ള അനാദരവുമാണ്. ഒന്നുകിൽ, കാര്യമറിയാതെയാവും അങ്ങനെ വാദിക്കുന്നത്. അല്ലെങ്കിൽ, ബോധപൂർവ്വം വായനക്കാരെ തെറ്റിദ്ധരിപ്പിക്കാൻ. ബെയിലിയുടെയും ഭാഷാപോഷിണിസഭയുടെയും നിർദ്ദേശങ്ങൾ മലയാളിസമൂഹം സ്വീകരിച്ചപ്പോൾ ലിപിപരിഷ്കരണവാദികൾപോലും ഉപയോഗിക്കാത്തതാണ് 1968-ലെ നിർദ്ദേശം. അതനുസരിച്ച് ടൈപ്പ് റൈറ്റിംഗ് മെഷീനുകൾ ഉണ്ടാക്കി സർക്കാർ ഓഫീസുകളിൽ ഉപയോഗിച്ചിരുന്നുവെങ്കിലും ഓരോ ടൈപ്പ്റൈറ്റിംഗ് മെഷീൻ നിർമ്മാതാക്കളും ഓരോ തരത്തിലാണ് അക്ഷരസംഖ്യ നിശ്ചയിച്ചിരുന്നത്. ലിപി പരിഷ്കരണസമിതി നിർദ്ദേശിച്ച രീതിയിൽ ആരും മലയാളം ഉപയോഗിച്ചതായി കാണാനാവില്ല. പതുക്കെപ്പതുക്കെയാണെങ്കിലും ഓരോരുത്തരും പരമാവധി ലിപിരൂപങ്ങൾ തിരിച്ചുകൊണ്ടുവരാനാണ് ശ്രമിച്ചത്. ഗോദ്റേജ് കമ്പനി ഒടുവിൽ വിപണിയിലിറക്കിയ മെഷീനിൽ 'ണ്ണ' ഉൾപ്പെടെ നിരവധി ഇരട്ടിപ്പുകളും പരമാവധി കൂട്ടക്ഷരങ്ങളും ടൈപ്പുചെയ്യുവാൻ സാധിക്കുമായിരുന്നു. ലിപി പരിഷ്കരണമോ മാനകീകരണമോ എന്തുതന്നെയായാലും ഉപയോക്താക്കൾ സ്വീകരിക്കാതിരുന്നത് വാസ്തവമാണല്ലോ. ഭാഷാ ഇൻസ്റ്റിറ്റ്യൂട്ടിന്റെ സ്റ്റൈൽബുക്കിൽനിന്ന് ആവേശം ഉൾക്കൊണ്ട് 'ദേശാഭിമാനി' പത്രം ചില പരിഷ്കാരങ്ങൾ നടപ്പിലാക്കിയിരുന്നുവെന്നത് പലരും ഓർക്കുന്നുണ്ടാവും. ഇ. എം. എസ്. നമ്പൂതിരിപ്പാട് ജീവിച്ചിരിക്കെ, അദ്ദേഹത്തിന്റെ ആധികാരികതകൂടി ഉപയോഗപ്പെടുത്തി നടപ്പിൽവരുത്തിയ പരിഷ്കാരം പതുക്കെപ്പതുക്കെ പിന്നോട്ടുപോയി ചുരുങ്ങിയ കാലത്തിനകം പൂർണ്ണമായി അവർ ഉപേക്ഷിച്ചുവെന്നത് ഓർക്കുക. മലയാളികളുടെ ഭാഷാബോധത്തെ കൊഞ്ഞനം കാണിക്കാൻ ഒരു പാർട്ടിയും അതിന്റെ നേതൃത്വവും കൂട്ടുനിന്നാൽപ്പോലും വിജയിക്കുകയില്ല എന്നതാണ് ഇതിൽനിന്നും മനസ്സിലാക്കാവുന്നത്. ഇക്കാരണത്താലാണ് ഭാഷാ ഇൻസ്റ്റിറ്റ്യൂട്ടിന്റെ സ്റ്റൈൽ ബുക്കുകൾ ജനങ്ങളുടെ മുന്നിൽ അവതരിപ്പിക്കാതിരുന്നത്. ജനങ്ങളുടെ നികുതിപ്പണം ഉപയോഗിച്ച് നടത്തുന്ന ഒരു സ്ഥാപനത്തിന്റെ കെടുകാര്യസ്ഥതയുടേയും ധനദുർവ്വിനിയോഗത്തിന്റേയും കഥയാണത്.

ഭാഷാ ഇൻസ്റ്റിറ്റ്യൂട്ട് ഡയറക്ടർ മാത്രമല്ല സർക്കാരിന്റെ ഭാഷാവിദഗ്ധനും ഇതേ വഴിയിൽത്തന്നെയാണ് സഞ്ചരിക്കുന്നത്. ഈയിടെ തിരുവനന്തപുരത്ത് നടന്ന ഐ. ഡി. എൻ. ലോക്കലൈസേഷനെക്കുറിച്ചുള്ള യോഗത്തിൽ, 1968-ൽ പരിഷ്കരിച്ച ലിപിയാണ് മലയാളത്തിന്റെ ഔദ്യോഗികലിപിയെന്നും സർക്കാർ ഉത്തരവ് പിന്തുടരുകയാണ് വേണ്ടതെന്നും സ്വതന്ത്രമലയാളം കമ്പ്യൂട്ടിംഗ് പ്രവർത്തകരോട് അദ്ദേഹം ശഠിക്കുകയുണ്ടായി. സർക്കാർ ഉത്തരവ് ലംഘിക്കുന്നത് കുറ്റകരമാണല്ലോ. പക്ഷേ, ഭാഷാവിദഗ്ധൻ വാശിപിടിച്ച് നടപ്പിലാക്കാൻ ശ്രമിക്കുന്ന ആ പരിഷ്കരിച്ച ലിപി കേരള ഭാഷാ ഇൻസ്റ്റിറ്റ്യൂട്ടോ ഭാഷാവിദഗ്ധനോ ഉപയോഗിക്കുന്നില്ല എന്ന വാസ്തവം ഈ ആവേശത്തിനിടയിൽ അവരെല്ലാം മറന്നുപോകുന്നു. 1968-ൽ ടൈപ്പ് റൈറ്റിംഗ് മെഷീനുവേണ്ടി വെട്ടിച്ചുരുക്കിയ അക്ഷരങ്ങളെക്കുറിച്ച് പറയാൻ പുതിയ ലിപി എന്ന വാക്കാണ് ഉപയോഗിച്ചത്. അതോടെ പുതിയതും പഴയതുമായ ലിപികളുള്ള ഭാഷയായി മലയാളം മാറി. പുതിയ ലിപി പ്രിന്റിംഗിനും പഠിപ്പിക്കാനും ഉപയോഗിക്കരുത് എന്ന ലിപി പരിഷ്കരണസമിതിയുടെ നിർദ്ദേശം മറികടന്ന് പാഠപുസ്തകങ്ങളുടെ അച്ചടിക്കും പത്രമാസികാദികളുടെയും പുസ്തകങ്ങളുടെയും അച്ചടിക്കും ഉപയോഗിച്ചു. അക്കാലത്ത് വ്യാപകമായ വിമർശനത്തിനും പരിഹാസത്തിനും വിധേയമായ ഈ ലിപി 'പുതിയ ലിപി' എന്ന പേരിൽ പ്രചരിപ്പിക്കപ്പെട്ടുമ്പോൾ അതിലൂടെ മൂല്യപരമായ ചില സങ്കല്പങ്ങൾ അറിയാതെ കടത്തിവിടുന്നുണ്ട്. പഴയതിനെ അപേക്ഷിച്ച് പുതിയത് മെച്ചപ്പെട്ടതും ശാസ്ത്രീയവും കാലോചിതവുമൊക്കെയാണെന്ന് നമ്മൾ കരുതുന്നു. ആധുനികതയോടും പരിഷ്കാരത്തോടും ആഭിമുഖ്യം പുലർത്തുന്ന ഏതൊരു ജനതയും പുതിയത് എന്ന വിലാസത്തിൽ പുറത്തിറക്കുന്നവയെ സംശയംകൂടാതെ സ്വീകരിക്കും. അങ്ങനെയാണ് വിലക്ഷണമായ ടൈപ്പ് റൈറ്റർലിപി കേരളത്തിൽ പ്രചരിപ്പിച്ചത്. അതാവട്ടെ നേരത്തെ പറഞ്ഞതുപോലെ, സർക്കാർ ഉത്തരവിൽ പറഞ്ഞതുപോലെയായിരുന്നില്ല. അക്കാലത്തും കേരള ഭാഷാ ഇൻസ്റ്റിറ്റ്യൂട്ട് നിലവിലുണ്ടായിരുന്നെങ്കിലും കടുത്ത അവ്യവസ്ഥിതത്വം നിലനിന്ന ആ കാലഘട്ടത്തിൽ മാനകീകരണത്തിനൊന്നും അവിടെനിന്നും ആരും ഉത്സാഹിച്ചിട്ടില്ല. ഭാഷാ ഇൻസ്റ്റിറ്റ്യൂട്ട് ലിപി എന്ന് പരിഷ്കരിച്ച ലിപിയെ പരിഹസിച്ച് അക്കാലത്ത് പറഞ്ഞുകേട്ടിരുന്നു. പുതിയത് എന്ന വിലാസത്തിൽ പ്രചാരത്തിൽ വന്ന ലിപി, പതുക്കെ അക്കാലംവരെ അച്ചടിക്ക് ഉപയോഗിച്ചിരുന്ന പരമ്പരാഗതലിപിയെ തുടച്ചുമാറ്റി. ഡി. ടി. പി കേരളത്തിൽ പ്രചരിക്കുന്നതോടെ അത് പൂർണ്ണമായി.

സർക്കാർ വിലാസം ഭാഷാവിദഗ്ദ്ധർ

ആദ്യകാലത്ത് കേരളത്തിൽ പ്രചാരത്തിൽ വന്ന പ്രകാശക് തുടങ്ങിയ ടെക്സ്റ്റ് എഡിറ്ററുകൾ കേരളത്തിനു പുറത്തു നിർമ്മിക്കപ്പെട്ടവയായിരുന്നു. അവയിൽ ഓരോന്നിലും ലഭിച്ചിരുന്ന ലിപിരൂപങ്ങളുടെ എണ്ണം വ്യത്യസ്തമായിരുന്നു. മാത്രമല്ല മലയാളികൾ അക്കാലംവരെ ഉപയോഗിച്ചിട്ടില്ലാത്ത രീതിയിലുള്ള കൂട്ടക്ഷരങ്ങളും അവയിൽ പലതിലും ഉണ്ടായിരുന്നു. അക്കാലത്ത് മാനകീകരണക്കാർ രംഗത്തു വന്നിരുന്നെങ്കിൽ തെറ്റായ അക്ഷരരൂപങ്ങൾ പരിചയിക്കുന്നതിൽ നിന്നും കേരളീയർ രക്ഷപ്പെടുമായിരുന്നു. അതുണ്ടായില്ല. പൂനെയിലെ സി ഡാകിന്റെ ഗിസ്റ്റ് ഡിവിഷൻ ഭാരതീയഭാഷാ കമ്പ്യൂട്ടിംഗിനുള്ള സോഫ്റ്റ്‌വേറുകൾ നിർമ്മിക്കുന്ന സമയത്ത് മാനകീകരണക്കാർ രംഗത്തു വന്നിരുന്നു. അതിന്റെ ദോഷം മലയാളത്തിന് ഉണ്ടാവുകയും ചെയ്തു. ഐ. എസ്. എം സീരീസിൽ സി ഡാക് നിർമ്മിച്ച ഭാരതീയഭാഷാ സോഫ്റ്റ്‌വേറുകളിൽ മലയാളം ഒഴികെ എല്ലാ ഭാഷയിലും ഉകാരം വ്യഞ്ജനത്തോട് ചേർന്നിരിക്കുമ്പോൾ മലയാളത്തിൽ മാത്രമാണ് വടിയുടെ അറ്റത്ത് പിടിപ്പിച്ച വട്ടമായി മാറി നില്ക്കുന്നത്.

രേഫം, ഌ എന്നിവചേർന്ന രൂപങ്ങളുടെ കാര്യത്തിലും മലയാളത്തിൽ മാത്രമേ പരമ്പരാഗതരീതിയിൽനിന്ന് മാറ്റമുള്ളൂ. മലയാളത്തിന്റെ ലിപി 1968-മുതൽ വേറെയാണെന്ന് സർക്കാർ ഉത്തരവ് നല്കി, നമ്മുടെ സർക്കാർ വിലാസം ഭാഷാവിദഗ്ദ്ധർ ഉണ്ടാക്കിയ ഈ നേട്ടത്തിന് നാം ആരെയാണ് അനുമോദിക്കേണ്ടത്. അക്കാലത്ത് സി ഡാകിന് നല്കിയ നിർദ്ദേശം എന്തെന്ന് പരസ്യമാക്കാൻ ഭാഷാ ഇൻസ്റ്റിറ്റ്യൂട്ട് തയ്യാറാവണം. സി ഡാക്കിന് മാത്രമല്ല. യൂനികോഡ് കൺസോർഷ്യത്തിനും ഇത്തരം നിർദ്ദേശങ്ങൾ സർക്കാർ വിലാസം ഭാഷാവിദഗ്ദ്ധർ നല്കിയിരുന്നു. ഒറ്റനോട്ടത്തിൽത്തന്നെ ആ നിർദ്ദേശങ്ങൾ വിവരക്കേടാണെന്ന് മനസ്സിലാക്കിയ യൂനിക്കോഡ് കൺസോർഷ്യം സർക്കാർ നിർദ്ദേശം ചവറ്റുകൊട്ടയിൽ തള്ളി. മലയാളത്തിൽ അനാവശ്യമായ ചില അക്ഷരങ്ങളുണ്ടെന്നും അവ എൻകോഡിംഗിൽനിന്നും ഒഴിവാക്കണമെന്നതുമായിരുന്നു യൂനിക്കോഡ് കൺസോർഷ്യത്തിന് നല്കിയ നിർദ്ദേശം. അനാവശ്യമായ അക്ഷരങ്ങളായി മാനകീകരണസംഘം കണ്ടെത്തിയവ ഏതെന്ന് ഡോ. തമ്പാൻ ജനങ്ങളോട് പറയേണ്ടതാണ്. മാനകീകരണസംഘത്തിലെ അംഗങ്ങളിൽ ചിലരുടെ പേരുകൾ അദ്ദേഹത്തിന്റെ ലേഖനത്തിൽ പറയുന്നുണ്ടല്ലോ. അവരെല്ലാമാണ് അനാവശ്യഅക്ഷരങ്ങൾ കണ്ടെത്തിയവർ എന്നത് കേരളീയർ അറിഞ്ഞിരിക്കേണ്ട വസ്തുതയാണ്. അവരിൽനിന്നും ഇത്തരം കണ്ടുപിടുത്തങ്ങൾ ഇനിയും

വരാനിടയുണ്ട്. കേരള ഭാഷാ ഇൻസ്റ്റിറ്റ്യൂട്ട് ഇതിനെല്ലാം നേതൃത്വം നല്കിയ സ്ഥാപനമാണ്. അതിന്റെ തലപ്പത്ത് ഡോ. തമ്പാനുമായിരുന്നു. ഇൻസ്റ്റിറ്റ്യൂട്ടിൽനിന്നും അദ്ദേഹം അടുത്തുൺ പറ്റിയതിനുശേഷം അദ്ദേഹത്തിന്റെ പിൻഗാമികളാരും തനിമ തുടരാൻ കൂട്ടാക്കിയില്ല എന്നതിൽനിന്നുതന്നെ അതിന്റെ കേമത്തം മനസ്സിലാക്കാവുന്നതാണ്. കേരളത്തനിമയ്ക്ക് ഉത്തരവാദിയായ സ്ഥാപനംതന്നെ ചവറ്റുകൊട്ടയിൽ തള്ളിയതാണ് തന്റെ സ്വപ്നപദ്ധതിയെന്ന് ഇപ്പോഴും അദ്ദേഹത്തിന് ഉൾക്കൊള്ളാനാവുന്നില്ല.

സ്വയം തിരുത്താൻ മടിക്കുന്നവർ

പുതിയ ലിപി എന്ന പേരിൽ പ്രചരിപ്പിക്കപ്പെട്ട ടൈപ്പ് റൈറ്റർ ലിപികൊണ്ട് മലയാളത്തിനുണ്ടായ നേട്ടമെന്ത്? ടൈപ്പ് റൈറ്റിംഗ് മെഷീനുകൾ ഉണ്ടാക്കുന്ന കമ്പനികൾക്ക് ലാഭം ഉണ്ടായി. സർക്കാരാപ്പീസുകളിൽ വികലമായ മലയാളത്തിൽ ഉത്തരവുകൾ ടൈപ്പുചെയ്തു. പിന്നീട് ഈ ലിപി പാഠപുസ്തകത്തിൽ പ്രത്യക്ഷപ്പെട്ടതോടെ പ്രൈമറി ക്ലാസ്സുകളിലെ ഭാഷാപഠനത്തിന്റെ ഭാഗമായി നടത്താറുണ്ടായിരുന്ന കേട്ടെഴുത്ത് നിറുത്തലായി. കാരണം, ഒരു വാക്ക് കുട്ടികൾ പല രീതികളിൽ എഴുതും. ശരിയേത് തെറ്റേത് എന്ന് നിശ്ചയിക്കാനാവാതെ അദ്ധ്യാപകർ കേട്ടെഴുത്തുപരിപാടി ഉപേക്ഷിച്ചു.

ഇംഗ്ലീഷ് തെറ്റുകൂടാതെ എഴുതാൻ നിഷ്കർഷിക്കുന്നവർ മലയാളം എങ്ങനെയെങ്കിലും എഴുതിയാൽ മതിയെന്നുവെച്ചു. സമസ്തപദങ്ങൾ മുഴുവനും പിരിച്ചെഴുതുന്ന രീതി നിലവിൽവന്നു. സംവൃതോകാരം ഇല്ലാതായി. ഇരട്ടിപ്പുപോലും അവ്യവസ്ഥിതമായി. അക്കാലത്ത് മാനകീകരണക്കാർ ആരും ഇതൊന്നും ശ്രദ്ധിച്ചതായി കണ്ടില്ല. ഇങ്ങനെ തികഞ്ഞ അവ്യവസ്ഥിതത്വം നിലവിൽ വന്നപ്പോൾ അതിന്റെ തീവ്രത ഒന്നുകൂടി വർദ്ധിപ്പിക്കാനാണ് ഡോ. തമ്പാൻ മാനകീകരണപരിപാടിയുമായി രംഗത്തിറങ്ങിയത്. അദ്ദേഹത്തിന്റെ ലേഖനത്തിൽ സമ്മതിക്കുന്നതുപോലെ മാനകീകരണത്തിനുള്ള നിർദ്ദേശങ്ങൾ പലതും ശുദ്ധഅസംബന്ധമായിരുന്നു. അതിനാൽ അവർതന്നെ അവ പിൻവലിച്ചു.

ഡിജിറ്റൽ കാലഘട്ടത്തിൽ മലയാളഭാഷയ്ക്ക് അതിന്റെ ലിപിരൂപങ്ങളുടെ ആധിക്യം കാരണം അതിജീവിക്കാനാവില്ല എന്ന ഒരു സിദ്ധാന്തം ഭാഷാ ഇൻസ്റ്റിറ്റ്യൂട്ടിന്റെ നേതൃത്വത്തിൽ മാനകീകരണക്കാർ പ്രചരിപ്പിച്ചിരുന്നു. റെൻഡറിംഗ് എൻജിൻ എന്ന പേരിൽ ഓപ്പറേറ്റിംഗ് സിസ്റ്റത്തിന്റെ ഭാഗമായി പ്രവർത്തിക്കുന്ന ഒരു ഘടകമുണ്ടെന്ന

പ്രാഥമികജ്ഞാനം പോലും കമ്പ്യൂട്ടറിന്റെ കാര്യത്തിലില്ലാത്തവരാണ് ഇങ്ങനെ പറയുന്നത് എന്ന് കാര്യവിവരമുള്ളവർക്കെല്ലാം മനസ്സിലാകും. ഡോ. തമ്പാന്റെ ലേഖനത്തിൽ പേരെടുത്തുപറഞ്ഞ എഴുത്തുകാരിൽ ആരുംതന്നെ കമ്പ്യൂട്ടർ പരിജ്ഞാനമുള്ളവരല്ല. അതിനാൽ അവർക്കിതിലെ ശരിയും തെറ്റും മനസ്സിലാക്കാനാവില്ല. കേരളത്തനിമക്കാരുടെ ഈ അബദ്ധസിദ്ധാന്തം രചന എന്ന ഒരു ടെക്സ്റ്റ് എഡിറ്റിംഗ് ടൂൾ ഉണ്ടാക്കി സമർത്ഥിച്ചയാളാണ് കേരള വനഗവേഷണകേന്ദ്രത്തിലെ കെ. എച്ച്. ഹുസ്സൈൻ. (ഇതിനെയാണ് ഹുസ്സൈന്റെ മുതൽമുടക്കിൽ ഉണ്ടാക്കി വിറ്റ പാക്കേജായി ഡോ. തമ്പാൻ വിശേഷിപ്പിക്കുന്നത്.) തിരുവനന്തപുരത്ത് വി. ജെ. ടി. ഹാളിൽ സംഘടിപ്പിച്ച പരിപാടിയിൽ പൊതുജനങ്ങൾക്കുമുന്നിൽ മലയാളത്തിന്റെ തനതുലിപി കമ്പ്യൂട്ടറിൽ അനായാസം സാദ്ധ്യമാക്കാമെന്ന് ഹുസ്സൈനും ചിത്രജകുമാറും കൂട്ടുകാരും കാണിച്ചുകൊടുത്തു. സ്വന്തം സിദ്ധാന്തം അസംബന്ധമാണെന്നു ബോദ്ധ്യപ്പെട്ടാൽ തിരുത്തുകയാണ് ബുദ്ധിപരമായ സത്യസന്ധതയുള്ളവർ ചെയ്യുക. അതാണ് അക്കാദമികരംഗത്തെ രീതി. എന്നാൽ കേരളത്തനിമക്കാർ അതു ചെയ്തില്ലെന്നുമാത്രമല്ല, കൂടുതൽ അബദ്ധസിദ്ധാന്തങ്ങൾ തങ്ങൾക്കുള്ള ഔദ്യോഗികപദവി ഉപയോഗിച്ച് പ്രചരിപ്പിക്കുകയാണ് ചെയ്തത്. അക്കൂട്ടത്തിലൊന്നാണ് യൂനിക്കോഡ് കോഡ് പേജിൽ ചില്ലക്ഷരങ്ങൾ അടിസ്ഥാനാക്ഷരമായി എൻകോഡ് ചെയ്യണം എന്നത്.

യൂനികോഡ് കൺസോർഷ്യത്തിന് മലയാളത്തിലെ അനാവശ്യഅക്ഷരങ്ങളെ ഒഴിവാക്കിത്തരണമെന്ന് കത്തെഴുതിയവർ പിന്നെ ചെയ്തത് ചില്ലക്ഷരങ്ങൾ എൻകോഡ് ചെയ്യണമെന്ന് ആവശ്യപ്പെടുകയായിരുന്നു. ചില്ലക്ഷരങ്ങൾ അടിസ്ഥാനാക്ഷരങ്ങളല്ല എന്നതിനാൽ മലയാളത്തിന്റെ കോഡ് പേജിൽ ഇല്ല. യൂനികോഡ് സ്റ്റാൻഡേർഡ് 5 വരെ ഒരു പ്രയാസവുമില്ലാതെ പ്രസ്തുത കോഡ് പേജിന്റെ അടിസ്ഥാനത്തിൽ മലയാളം ഉപയോഗിക്കുകയും ചെയ്തിരുന്നു. അപ്പോൾ പിന്നെന്തിനാണ് ചില്ലക്ഷരങ്ങൾ എൻകോഡ് ചെയ്യാനായി വാദിക്കുന്നത് എന്നത് പ്രസക്തമായ ചോദ്യമാണ്. ഇവിടെയാണ് കേരളത്തനിമാസംഘത്തിന്റെ ബുദ്ധിപരമായ പാപ്പരത്തത്തിന്റെ ഒരു കഥ വെളിവാകുന്നത്.

യൂനിക്കോഡിനെപ്പറ്റി പഠിച്ചുകൊണ്ടിരുന്നകാലത്ത് കെ. എച്ച്. ഹുസ്സൈൻ എഴുതിയ ഒരു ഡോക്യുമെന്റിൽ ചില്ലക്ഷരങ്ങൾ നിർമ്മിക്കാൻ ആസ്കിയിൽ ഉപയോഗിച്ചിരുന്ന നുക്ത യൂണിക്കോഡ് കോഡ് പേജിൽ കാണാനില്ല എന്നതിനാൽ ഇത് മലയാളത്തിന് പ്രശ്നമാവുമെന്നെല്ലാം എഴുതിയിരുന്നു. ഹുസ്സൈൻ എഴുതിയതിൽനിന്ന്

ഒരുഭാഗം പകർത്തിയാണ് യൂനികോഡിൽ ഒരു ചുവട് മുമ്പേ ഓടിയെത്താനായി തനിമക്കാർ ചില്ലക്ഷരങ്ങൾ ആറ്റോമിക്കായി എൻകോഡ് ചെയ്യണമെന്ന് ആവശ്യപ്പെട്ടത്. ഇക്കാര്യം, തമ്പാന്റെ ലേഖനത്തിൽ പരാമർശിച്ചിട്ടുള്ള കെ. ജി. സുലോചന യൂനിക്കോഡിന്റെ ഇൻഡിക് ഡിസ്കഷൻ ഗ്രൂപ്പിൽ ഹുസ്സൈന്റെ ഡോക്യുമെന്റ് ഉദ്ധരിച്ച് പറഞ്ഞതാണ്. തിരുവനന്തപുരം സി ഡാകിലെ ഉദ്യോഗസ്ഥയാണവർ. ഒരുപക്ഷേ, തനിമാസംഘത്തിൽ അല്പമെങ്കിലും കമ്പ്യൂട്ടർജ്ഞാനമുള്ള ഏകവ്യക്തി അവരായിരിക്കും. തനിമാസംഘത്തിന്റെ ഈ വാദം മലയാളത്തിന് ദോഷം ചെയ്യും എന്ന് ഇക്കാലമാവുമ്പോഴേക്കും ഹുസ്സൈനും രചന അക്ഷരവേദിയും മനസ്സിലാക്കിയിരുന്നു. കേരള സർവ്വകലാശാലയുടെ ലക്സിക്കൻ വിഭാഗത്തിലെ ആർ. ചിത്രജകുമാറും ഗംഗാധരനും ചേർന്ന് തയ്യാറാക്കിയ രേഖ യൂനിക്കോഡ് കൺസോർഷ്യത്തിന് സമർപ്പിക്കുകയും പ്രസ്തുതരേഖയിലെ വാദങ്ങൾ ശരിയാണെന്ന് ബോദ്ധ്യപ്പെട്ട കൺസോർഷ്യം ചില്ലക്ഷരങ്ങൾ അടിസ്ഥാനാക്ഷരമായി എൻകോഡ് ചെയ്യാനുള്ള തീരുമാനം മാറ്റിവെക്കുകയും ചെയ്തു. തനിമാവാദികൾ ഗൂഢാലോചനയിലൂടെയാണ് മലയാളത്തിന് ദോഷകരമായ ചില്ലക്ഷരങ്ങളുടെ ആറ്റോമിക് എൻകോഡിംഗ് യൂനികോഡ് കൺസോർഷ്യത്തെക്കൊണ്ട് അംഗീകരിപ്പിച്ചത്. രേഖകളുടെ സഹായത്തോടെ തെളിയിക്കാവുന്ന കാര്യമാണിത്. വിസ്തരഭയത്താൽ ചുരുക്കുന്നു.

ഇൻസ്റ്റിറ്റ്യൂട്ടിന്റെ ഭാഷാദ്രോഹങ്ങൾ

കേരള ഭാഷാ ഇൻസ്റ്റിറ്റ്യൂട്ടിന്റെ ഭാഷാസേവനത്തെക്കുറിച്ച് അവിടെ ജീവനക്കാരനായിരിക്കുകയും പിൽക്കാലത്ത് ഡയറക്ടറാവുകയും ചെയ്ത വ്യക്തിക്ക് വാചാലനാവാം. എന്നാൽ അതിൽ സത്യമെത്രയുണ്ടെന്ന് കാര്യമറിയുന്നവർ മനസ്സിലാക്കും. നിഷ്കളങ്കർ തെറ്റിദ്ധരിക്കും. എന്നാൽ ഭാഷാ ഇൻസ്റ്റിറ്റ്യൂട്ട് ചെയ്ത ഭാഷാദ്രോഹത്തിന്റെ ഫലം ലോകത്തിലെവിടെയായാലും മലയാളികൾ അനുഭവിക്കും. അതാണ് യൂനിക്കോഡ് പേജിൽ ചില്ലക്ഷരങ്ങൾ കയറ്റുകവഴി അവർ ചെയ്തത്. വികലമായ സാങ്കേതികപദവിവർത്തനം ജനങ്ങൾ തള്ളിക്കളയും. പുതിയ ലിപി ജനങ്ങൾ പണ്ടേ തള്ളിക്കളഞ്ഞതാണ്. മലയാളത്തിന്റെ യൂനിക്കോഡ് കോഡ് പേജ് വന്നതോടെ യൂനികോഡ് എൻകോഡിംഗിനെ അടിസ്ഥാനമാക്കി മലയാളം ഫോണ്ടുകൾ ഉണ്ടായി. അവയെല്ലാം സ്വാഭാവികമായും മലയാളത്തിന്റെ പരമ്പരാഗതലിപിയാണ് ഉപയോഗിക്കുന്നത്. അജയ്ലാൽ നിർമ്മിച്ച തൂലിക, കെവിൻ മേനോത്തിന്റെ അഞ്ജലി, ഹുസ്സൈന്റെ രചന, സ്വതന്ത്രമലയാളം

കമ്പ്യൂട്ടിംഗിന്റെ മീര എന്നിങ്ങനെ എല്ലാം തനതുലിപിയിലാണ്. അതിനിടയിൽ പുതിയ ലിപി സംരക്ഷിക്കുവാൻ തിരുവനന്തപുരം സി ഡാക് ചില ഫോണ്ടുകളുമായി രംഗത്തുവന്നിരുന്നു. ആരെങ്കിലും അത് ഉപയോഗിക്കുന്നുണ്ടാവുമോ? എന്റെ അറിവിൽ ആരുമില്ല. മലയാളം ഒ. സി. ആർ, വെബ് ബ്രൗസർ, സ്പെൽചെക്ക് എന്നെല്ലാം പറഞ്ഞ് ചില സാധനങ്ങൾ തനിമാവാദികളും തിരുവനന്തപുരം സി ഡാക്-ഉം ചേർന്ന് പുറത്തിറക്കിയിരുന്നു. അവയിലേതെങ്കിലും ഒരെണ്ണം പ്രവർത്തനക്ഷമമോ പ്രയോജനപ്രദമോ ആണെന്ന് ഗവേഷണത്തിലൂടെ കണ്ടെത്തേണ്ടിവരും. പൊതുഖജനാവിലെ പണം ധാരാളം ദുർവ്യയം ചെയ്തുകഴിഞ്ഞല്ലോ. അതിന്റെ ഗുണദോഷഫലങ്ങളറിയാൻ ഒരല്പം പണം ചെലവഴിക്കുന്നതിൽ തെറ്റില്ല.

ഒരു കാര്യംകൂടി പറഞ്ഞ് ഈ കുറിപ്പ് അവസാനിപ്പിക്കാം. വൃത്തസഹായി എന്ന പേരിൽ മലയാളകവിതകളുടെ വൃത്തം നിർണ്ണയിക്കുവാനുള്ള ഒരു ടൂൾ വിദേശത്തു ജീവിക്കുന്ന മലയാളികളായ സുഷിൻ വി. കുമാർ, സഞ്ജീവ് കോഴിശ്ശേരി എന്നിവർ നിർമ്മിച്ചിരുന്നു. കവിതയുടെ വരികൾ ടൈപ്പ് ചെയ്ത് വൃത്തം കണ്ടെത്തുക എന്ന ബട്ടൺ ഞെക്കിയാൽ വൃത്തമേതെന്നറിയാം. ആ ടൂൾ പ്രവർത്തിപ്പിക്കുന്നതിനെക്കുറിച്ചുള്ള നിർദ്ദേശത്തിൽ സംവൃതോകാരത്തോടെ വേണം കവിത നല്കേണ്ടത് എന്ന് എടുത്തുപറയുന്നുണ്ട്. അതായത് തനതുലിപിതന്നെ വേണം. ചന്ദ്രക്കലയിട്ട് പിരിച്ചെഴുതിയതും സംവൃതോകാരത്തിനുപകരം ചന്ദ്രക്കലമാത്രം ഇടുന്നതുമായ ഇൻസ്റ്റിറ്റ്യൂട്ട് മലയാളം അവിടെ ഉപയോഗിച്ചാൽ വൃത്തം കാണാനാവില്ല. ഭാഷയുടെ ആന്തരികമായ യുക്തിയുമായി ഒരു പൊരുത്തവുമില്ലാത്ത ടൈപ്പ്റൈറ്റർ ലിപിയുടെ പേരിൽ മേനിനടിക്കുകയും ഡിജിറ്റൽ കാലഘട്ടത്തിന് അനുസൃതമായി മാനകീകരിക്കുകയാണ് എന്ന് പറഞ്ഞ് ഭാഷയെ വീണ്ടും വികലമാക്കാനിറങ്ങുകയും ചെയ്യുന്നവർ എന്തുകൊണ്ടാണ് വൃത്തസഹായി എന്ന ഡിജിറ്റൽ ടൂൾ തങ്ങളുടെ കോമാളിപ്പരിഷ്കാരം സ്വീകരിക്കാത്തതെന്ന് മനസ്സിലാക്കാനുള്ള ബുദ്ധിശക്തിയില്ലാത്തവരാണ് എന്നത് ഒരു ദുരന്തം തന്നെയാണ്. ഉന്നതപദവികൾ പാർട്ടിതാല്പര്യം മാത്രം നോക്കി നല്കിയാൽ ഇൻസ്റ്റിറ്റ്യൂട്ടുകളിലും സർവ്വകലാശാലകളിലും തനിമാവാദികളെപ്പോലുള്ളവർ നിറയും. അതിന്റെ ദുരന്തം സമൂഹം അപ്പാടെ അനുഭവിക്കും. കഴിഞ്ഞകാലത്തെ കാര്യം വിടുക. തുടർന്നും അത് അനുവദിച്ചുകൊടുക്കേണ്ടതുണ്ടോ എന്നാണ് തീരുമാനിക്കാനുള്ളത്.

മലയാളം വാരിക, 23 ഡിസംബർ 2011.

മലയാളം:
സർക്കാരും സർവ്വകലാശാലകളും

വീണ്ടുമൊരു കേരളപ്പിറവിദിനവും മലയാളവാരവും വന്നെത്തിയിരിക്കുന്നു. ഇത്തവണ പതിവില്ലാത്തവിധം കേമമാണ് മലയാള വാരം. തിരുവനന്തപുരത്ത് വിശ്വമലയാള മഹോത്സവം എന്നപേരിൽ ലോകമലയാളസമ്മേളനമാണ് കേരള സാഹിത്യഅക്കാദമിയും സർക്കാരും ചേർന്ന് സംഘടിപ്പിക്കുന്നത്. മുപ്പതാം തിയ്യതി കാലത്ത് രാഷ്ട്രപതി മഹോത്സവം ഉദ്ഘാടനം ചെയ്യും. തുടർന്ന് നവംബർ ഒന്നുവരെ സമ്മേളനപരിപാടികൾ നടക്കും. നവംബർ ഒന്നിന് തിരൂരിൽ തുഞ്ചത്തെഴുത്തച്ഛന്റെ പേരിൽ മലയാളസർവ്വകലാശാലയും ഉദ്ഘാടനം ചെയ്യപ്പെടുന്നു. മലയാളികൾ ഭാഷാഭിമാനംകൊണ്ട് ആവേശഭരിതരാവേണ്ട ഈ സന്ദർഭത്തിൽ വിശ്വമലയാളമഹോത്സവത്തെക്കുറിച്ചും മലയാളസർവ്വകലാശാലയെക്കുറിച്ചും പലതരം വിവാദങ്ങൾ ഉയർന്നുവന്നിരിക്കുന്നു. ലക്ഷക്കണക്കിന് രൂപ ചെലവഴിച്ചാണ് സമ്മേളനം സംഘടിപ്പിക്കുന്നത്. ചെലവഴിക്കുന്ന പണത്തെ കേന്ദ്രീകരിച്ചാണ് വിവാദങ്ങളിൽ ഭൂരിഭാഗവും ഉയർന്നുവന്നിരിക്കുന്നത്. പണം ചെലവഴിക്കാൻ അവസരം കിട്ടാത്തവർ, അതിൽ ഒരംശം കൈപ്പറ്റാനുള്ള സൗഭാഗ്യം നിഷേധിക്കപ്പെട്ടവർ എന്നിവരെല്ലാം പലതരം വിമർശനങ്ങൾ ഉന്നയിക്കുന്നു. വിമർശനങ്ങളൊന്നും മലയാളഭാഷയുമായി ബന്ധപ്പെട്ട് പ്രസ്തുത മഹോത്സവത്തിൽ നടക്കുന്ന കാര്യങ്ങളെക്കുറിച്ചല്ല എന്നതാണ് കൗതുകകരം.

മലയാളത്തിന് ക്ലാസ്സിക്കൽ ഭാഷാപദവി വേണമെന്ന് ചില പണ്ഡിതന്മാരും എഴുത്തുകാരും കുറച്ചുകാലമായി ആവശ്യപ്പെട്ടുകൊണ്ടിരിക്കുന്നു. മലയാളം ക്ലാസ്സിക്കൽ ഭാഷയായതിനാലല്ല ഈ ആവശ്യം. നമ്മുടെ അയൽസംസ്ഥാനത്തെ ഭാഷയായ തമിഴിന് കേന്ദ്രസർക്കാർ ക്ലാസ്സിക്കൽ പദവി നല്കിയിരിക്കുന്നു. ആ പദവി നമ്മുക്കും വേണം. അയൽക്കാരനുമായി താരതമ്യം ചെയ്ത് അവനവനെ വിലയിരുത്തി ജീവിക്കുന്ന ശരാശരി മലയാളിക്ക് ചേർന്ന രീതിയിലുള്ള ഈ വാദം നമ്മുടെ രാഷ്ട്രീയക്കാരും ഏറ്റുപിടിച്ചു. നിയമസഭ ഇതിനായി പ്രമേയം പാസ്സാക്കി. മലയാളം പ്രാചീനഭാഷയാണെന്ന് തെളിയിക്കാനുള്ള രേഖകളുമായി ദില്ലിയിൽപോയി ആവശ്യം ഉന്നയിച്ചു. എന്നിട്ടും ക്ലാസ്സിക്കൽ പദവി കിട്ടിയില്ല. ഇപ്പോൾ നടക്കുന്ന സമ്മേളനത്തിന്റെ ആസൂത്രണത്തിനു പിന്നിൽ ഈ ക്ലാസ്സിക്കൽ ഭാഷാപദവി എന്ന കാര്യപരിപാടി കൂടിയുണ്ടെന്ന് മഹോത്സവത്തിന്റെ അറിയിപ്പിൽനിന്നും വ്യക്തമാണ്. ക്ലാസ്സിക്കൽ ഭാഷാപദവി കിട്ടിയാൽ കേന്ദ്രസർക്കാർ കോടിക്കണക്കിന് രൂപ ഭാഷയ്ക്കുവേണ്ടി നല്കും. ആ പണത്തിനുവേണ്ടിയാണ് നമുക്കും ക്ലാസ്സിക്കൽപദവി വേണം എന്ന ആവശ്യം ഉന്നയിക്കുന്നത്. പണം തന്നെ പ്രശ്നം. അത്രയും പണം കിട്ടിയാൽ അതുകൊണ്ട് ഭാഷയ്ക്ക് എന്തു നേട്ടമാണ് ഉണ്ടാവുക? എന്തെല്ലാമാണ് ആ പണം ഉപയോഗിച്ച് ഭാഷാപോഷണത്തിനായി ക്ലാസ്സിക്കൽവാദികൾ ചെയ്യുക എന്നത് എവിടെയും പറഞ്ഞുകേട്ടിട്ടില്ല. പലരും പലവഴിക്ക് പണമുണ്ടാക്കുന്നു, നമ്മുടെ കയ്യിൽ ഭാഷയേ ഉള്ളൂ, അതുപയോഗിച്ച് ഞങ്ങളും പണമുണ്ടാക്കാൻ നോക്കട്ടെ എന്നുതന്നെ.

വിശ്വമലയാളമഹോത്സവത്തിലും മലയാളസർവ്വകലാശാല യിലും മലയാളഭാഷയുടെ നിലനില്പിനെത്തന്നെ ബാധിക്കുന്ന അപകടകരമായ ചില കാര്യങ്ങളുണ്ടെന്നാണ് പത്രവാർത്തകളിൽ നിന്ന് മനസ്സിലാവുന്നത്. അത്തരം കാര്യങ്ങളെക്കുറിച്ച് ക്ലാസ്സിക്കൽവാദികളോ സർവ്വകലാശാലാവാദികളോ ഒന്നും പറഞ്ഞുകേട്ടിട്ടില്ല. മലയാളം കമ്പ്യൂട്ടർ ഭാഷയാക്കാൻ നടപടി സ്വീകരിക്കും എന്ന മലയാളസർവ്വകലാശാലയുടെ നിയുക്ത വൈസ് ചാൻസലറുടെ പ്രസ്താവമാണ് അപകടകരം എന്ന് പറഞ്ഞ കാര്യങ്ങളിൽ ആദ്യത്തേത്. രണ്ടാമത്തേത്, വിശ്വമലയാളമഹോത്സവത്തിൽ ഉദ്ഘാടനം ചെയ്യപ്പെടുന്ന മലയാളത്തനിമ രണ്ടാം ഘട്ടമാണ്. ഭാഷാസ്നേഹികളായ ഏവരേയും ഞെട്ടിക്കുന്നവയാണ് ഈ കാര്യങ്ങൾ. എന്നാൽ മറ്റുകാര്യങ്ങളെപ്പോലെ ഇതിൽ പ്രതിഷേധമോ വിമർശനമോ ഉയർന്നുവരാത്തത് ഈ വിഷയത്തിൽ കേരളീയസമൂഹത്തിന് വ്യക്തമായ ധാരണകളില്ല എന്നതിനാലാണ്. ഏതിലും പണം

മാത്രം നോക്കുന്നവർ ഇത്തരം കാര്യങ്ങൾ കണ്ടാലും കണ്ടില്ലെന്ന് നടിക്കുകയേ ഉള്ളൂ. നമുക്കും കിട്ടണം പണം എന്നതാണല്ലോ അവരുടെ പ്രഖ്യാപിതാദർശം.

മലയാളം കമ്പ്യൂട്ടർ ഭാഷയാക്കുക എന്നു പറയുന്നതുകൊണ്ട് ഉദ്ദേശിക്കുന്നതെന്താണ് ? ഇപ്പോൾ മലയാളം അനായാസമായി കമ്പ്യൂട്ടറിൽ ഉപയോഗിക്കാനാവും എന്ന വസ്തുത നമ്മുടെ നാട്ടിലെ സ്കൂൾ വിദ്യാർത്ഥികൾക്കെല്ലാം അറിയാവുന്ന കാര്യമാണ്. ഐ. ടി അറ്റ് സ്കൂളിന്റെ പ്രവർത്തനഫലമായി ഉണ്ടായ നേട്ടങ്ങളിലൊന്നാണത്. മലയാളപത്രങ്ങളും പുസ്തകങ്ങളും അച്ചടിക്കുവാൻ ടൈപ്പ് സെറ്റിംഗിനായി വളരെ മുമ്പുതന്നെ കമ്പ്യൂട്ടർ ഉപയോഗിച്ചുതുടങ്ങിയിരുന്നുവെന്നും കേരളീയർക്കെല്ലാം അറിയാം. ഇന്ന് മലയാളത്തിൽ വെബ്ബ് സൈറ്റുകളുണ്ട്, ബ്ലോഗുകളുണ്ട് എന്നും മിക്കവരും അറിയുന്ന കാര്യമാണ്. ചാറ്റിലും സോഷ്യൽ നെറ്റ്‌വർക്കിംഗിലും മലയാളം ഉപയോഗിക്കാനാവും എന്നതും പരക്കെ അറിയുന്ന വസ്തുതയാണ്. ഇത്തരം ആവശ്യങ്ങൾക്കായി ഇനി മലയാള സർവ്വകലാശാല വിശേഷിച്ച് എന്തെങ്കിലും ചെയ്യണ്ടതില്ല. അതിനാൽ മലയാളം കമ്പ്യൂട്ടർഭാഷയാക്കും എന്ന് പറയുമ്പോൾ മറ്റെന്തോ കാര്യമായിരിക്കും ഉദ്ദേശിച്ചിരിക്കുക എന്നാണ് മനസ്സിലാക്കേണ്ടത്. ഹൈലെവൽ ലാംഗ്വേജ്, ലോ ലെവൽ ലാംഗ്വേജ് എന്നിങ്ങനെ രണ്ടുതരമാണ് കമ്പ്യൂട്ടർഭാഷകൾ. അതാവട്ടെ, പ്രോഗ്രാമിങ്ങിനായി ഉപയോഗിക്കുന്ന സാങ്കേതികമായ ഭാഷയാണ് എന്ന് സാമാന്യമായി പറയാം. മലയാളസർവ്വകലാശാല മലയാളത്തെ പ്രോഗ്രാമിംഗ് ഭാഷയാക്കുമെന്നാണോ ആ പ്രഖ്യാപനത്തിന്റെ അർത്ഥം? ആയിരിക്കാനിടയില്ല. ആരോ തെറ്റിദ്ധരിപ്പിച്ചതിന്റെ അടിസ്ഥാനത്തിൽ, ഭാഷയും കമ്പ്യൂട്ടറുമായി ബന്ധപ്പെട്ട എന്തോ കാര്യങ്ങൾ ചെയ്യാൻ മലയാളസർവ്വകലാശാല ഉദ്ദേശിക്കുന്നുവെന്നാണ് ആ പ്രഖ്യാപനത്തിൽനിന്നും ഞാൻ ഊഹിക്കുന്നത്.

തെറ്റിദ്ധരിപ്പിച്ചുവെന്ന് പറയുന്നതെന്തുകൊണ്ട് എന്ന് വിശദീകരിക്കാം. മലയാളത്തിൽ ലിപിരൂപങ്ങളുടെ എണ്ണം വളരെ വലുതാണെന്നും അതിനാൽ ഡിജിറ്റൽ കാലഘട്ടത്തിൽ മലയാളത്തിന്റെ ഭാവി ഇരുളടഞ്ഞുപോകുമെന്നും പണ്ട് കേരളീയനായ ഒരു ഭാഷാശാസ്ത്രാദ്ധ്യാപകൻ സിദ്ധാന്തിച്ചിരുന്നു. ഈ വിഷയത്തിൽ അദ്ദേഹത്തിന്റെ അജ്ഞത വെളിവാക്കുന്നതാണ് ആ സിദ്ധാന്തമെന്ന് രചന അക്ഷരവേദി എന്ന സന്നദ്ധസംഘടനയുടെ പ്രവർത്തകരായ ആർ. ചിത്രജകുമാറും കെ. എച്ച്. ഹുസ്സൈനും രചന എന്ന ടെക്സ്റ്റ് എഡിറ്റർ ഉണ്ടാക്കി തെളിയിച്ചു. വിൻഡോസിൽ, മൈക്രോസോഫ്റ്റ് ഓഫീസിൽ,

അനായാസസുന്ദരമായി മലയാളം ടൈപ്പുചെയ്തുകാണിച്ചു. അതാവട്ടെ, അക്കാലത്ത് അച്ചടിയിലും ടൈപ്പിംഗിലും പ്രചാരത്തിലിരുന്ന പുതിയ ലിപി എന്ന പേരിൽ അറിയപ്പെട്ട ടൈപ്പ്റൈറ്റർ ലിപിയിലായിരുന്നില്ല. എല്ലാ കൂട്ടക്ഷരങ്ങളും സ്വരവ്യഞ്ജനസംയുക്തങ്ങളും കമ്പ്യൂട്ടറിൽ അനായാസം സാദ്ധ്യമാവുമെന്ന് രചന അക്ഷരവേദി തെളിയിച്ചു. ഇംഗ്ലീഷിനെപ്പോലെ നേർരേഖീയമായ എഴുത്തല്ല മലയാളത്തിന്റേത് എന്നതും പ്രശ്നമാണെന്ന് നേരത്തെ പറഞ്ഞ ഭാഷാശാസ്ത്രാദ്ധ്യാപകനും സംഘവും വാദിച്ചിരുന്നു. ഇത്തരം വാദങ്ങളുടെ അടിസ്ഥാനത്തിൽ മലയാളലിപി ഇനിയും പരിഷ്കരിക്കേണ്ടതാണെന്ന് അവർ തീരുമാനിക്കുകയും അതിനായി മലയാളത്തനിമ എന്ന പേരിൽ ഒരു പദ്ധതി തയ്യാറാക്കി കേരള ഭാഷാ ഇൻസ്റ്റിറ്റ്യൂട്ട് മുഖാന്തിരം നടപ്പിലാക്കാൻ ശ്രമിക്കുകയും ചെയ്തു. അതിന്റെ ഉദ്ഘാടനം നടന്നുവെങ്കിലും പദ്ധതി നടന്നില്ല. ഈ പദ്ധതി നടപ്പിലാക്കാൻ ഗൂഢശ്രമങ്ങൾ പലരീതിയിൽ നടത്തിയെങ്കിലും ഒരിക്കലും അവർക്ക് വിജയിക്കാനായില്ല. ഇങ്ങനെ പരാജയപ്പെട്ട പദ്ധതിയുടെ രണ്ടാംഘട്ടമാണ് വിശ്വമലയാളമഹോത്സവത്തിൽ ഉദ്ഘാടനം ചെയ്യപ്പെടുന്നത്. ഭാഷയെക്കുറിച്ചോ സാങ്കേതികവിദ്യയെക്കുറിച്ചോ അറിവില്ലാത്ത ചിലരുടെ ഊഹോപോഹങ്ങളെ അടിസ്ഥാനമാക്കി മലയാളം കമ്പ്യൂട്ടർഭാഷയാക്കണമെന്ന് മലയാളത്തനിമാസംഘം മുമ്പും വാദിച്ചിട്ടുണ്ട്. ഒരു ആനുകാലികത്തിൽ ഈ വിഷയത്തിൽ നടന്ന ചർച്ചയിൽ ഈ ലേഖകൻ ലിപിപരിഷ്കരണം, മാനകീകരണം എന്നീ പേരുകളിൽ നടത്തിയ സർക്കാർവിലാസം പരിപാടികൾ എപ്രകാരം ഭാഷാനശീകരണപദ്ധതി നടപ്പിലാക്കാൻ ശ്രമിച്ചുവെന്ന് വിശദീകരിച്ച് എഴുതിയിരുന്നു[1]. തനിമാസംഘം അതിന് മറുപടി പറഞ്ഞിട്ടില്ല. അവർ അധികാരികളെ തങ്ങളുടെ ഔദ്യോഗികസ്ഥാനങ്ങൾ ഉപയോഗിച്ച് തെറ്റിദ്ധരിപ്പിക്കുകയാണ് എല്ലാ കാലത്തും ചെയ്തിട്ടുള്ളത്. മലയാളസർവ്വകലാശാലയുടെ നിയുക്ത വൈസ്ചാൻസലറും അങ്ങനെ തെറ്റിദ്ധരിപ്പിക്കപ്പെട്ടിരിക്കും എന്നു വിചാരിക്കാനാണ് തോന്നുന്നത്.

വിശ്വമലയാളമഹോത്സവവും മലയാളസർവ്വകലാശാലയും മലയാളഭാഷയ്ക്ക് ഗുണമോ ദോഷമോ ചെയ്യുകയെന്ന് ഭാഷാസ്നേഹികൾ ആലോചിക്കേണ്ടതുണ്ട്. ഭാഷയുടെ പേരിൽ എവിടെനിന്ന് കാശുകിട്ടും എന്നുമാത്രം നോക്കുന്നവർ ഇക്കാര്യത്തിൽ ദോഷമേ ചെയ്യൂ എന്നത് ഉറപ്പാണ്.

1 ലിപിപരിഷ്കരണം, മാനകീകരണം പിന്നെ ഭാഷാനശീകരണവും എന്ന ലേഖനം കാണുക.